அடியாள்

பா. ஜோதி நரசிம்மன்

அடியாள் • தன் வரலாறு • ஆசிரியர்: பா. ஜோதி நரசிம்மன்@ • முதல் பதிப்பு : டிசம்பர், 2023 • பக்கங்கள்: 140 • வடிவமைப்பு: அ. சிவக்குமார் - லிம்ஸ் டேட்டா சொலுஷன் • அட்டை வடிவமைப்பு: பிரபாகர் • மெய்ப்பாக்கம்: சின்னதுரை • வெளியீடு: யாப்பு வெளியீடு, 5, ஏரிக்கரைச் சாலை, 2ஆவது தெரு, சீனிவாசபுரம், கொரட்டூர், சென்னை-600 076 • பேச: 9080514506 • அச்சு:-ஆதவன் ஆர்ட் பிரிண்ட் சென்னை -116

விலை:150/-

Adiyal • Author: P. Jothi Narasiman@ • First Edition : December, 2023 • Pages 140 • Layout : A. Sivakumar - Lims Data Solution • Cover design: K. Prabhakar • Published by: KAANJI is an imprint of YAAPPU VELIYEEDU, No. 5, Erikkarai Salai 2nd street, Srinivasapuram, Korattur, Chennai-600 076 • Cell: 9080514506 • Printed at : Aadhavan Art Print Chennai-600116.

Rs. 150/-

ISBN : 978-81-963403-7

அன்புடன்

எல்லா சந்தர்ப்பங்களிலும் எனக்கு துணை
நின்ற அம்மா, அப்பா, தோழர்களுக்கு...

என்னுரை...

புத்தகம் எழுத வேண்டும், எதைப்பற்றி புத்தகமாக அது இருக்க வேண்டும், என்றால் நண்பர் ஒருவர் சொன்னார் கலை, இலக்கியம், கவிதை, கட்டுரை என்று. எனக்கு அதில் ஆர்வம் இருந்தாலும் நம்முடைய அன்றாட நடைமுறை வாழ்க்கையில் நாம் சந்திக்கிற நபர்களின் செயல்பாடுகள், அவர்கள் மனக்குமுறல், அவர்கள் பழகுகிற விதம், இதையெல்லாம் பதிவு செய்ய வேண்டும் என்ற எண்ணம் எனக்கு மேலோங்கி இருந்தது.

அப்படித்தான் கடலூர் சிறையில் இருக்கும் பொழுது அங்கு சந்திக்கிற மனிதர்களை அவர்கள் வாழ்வில் நடந்த சுக துக்க நிகழ்வுகளை அவர்கள் எப்படி பகிர்ந்து கொண்டார்கள், எப்படி பழகுகிறார்கள், என்றெல்லாம் பேசி, ஆராய்ந்து அவற்றை பதிவு செய்யும் நோக்கத்தோடு தான் இந்த புத்தகம் எழுதப்பட்டது.

ஆம் சிறைச்சாலையில் வாழ்கிற சிறை மனிதர்களின் வாழ்க்கை தான் இந்த புத்தகம். சிறை என்றவுடன் ஏதோ சினிமாவில் காட்டுவது போல எண்ணுகிற இந்த நிலையில், அவர்கள் அப்படி இல்லை மாறாக வித்தியாசமாக இருந்தார்கள் அதுதான் அவர்களைப் பற்றி எனக்கு எழுத தோன்றியது. சிறை அது ஒரு தனி உலகம் சுதந்திரமான தங்களுக்கு பிடித்த முடிவுகளை தேர்ந்தெடுக்கக்கூடிய ஒரு உலகம். ஆனாலும் அங்கு சிரமமில்லாமல் இல்லை, என்ன காரணத்துக்காக சிறைக்கு வருகிறார்கள், சிறை கைதி என்ற உடனே கொடூர குற்றவாளிகளாக சிந்தித்துப் பார்க்கிற மனநிலையில் இருந்து நாம் விடுபட வேண்டும் என்கிற நோக்கத்திற்காக தான் இந்த புத்தகம் எழுதப்பட்டது.

கடலூர், புழல் என மூன்று முறை சிறையில் அடைக்கப்பட்டு அங்குள்ள சிறியாளியுடன் பழகுகிற வாய்ப்பைப் பெற்றேன். இரண்டு முறை சிறை சென்று வந்த பிறகு ஒரு தனியார் வானொலியில் என்னுடைய நேர்காணல் அரை மணி நேரம் 5 வாரம் தொடர்ந்து ஒலிபரப்பப்பட்டது. தமிழகத்தில் உள்ள எட்டு மத்திய சிறைகளிலும் ஞாயிறு மாலை இந்த ஒளிபரப்பு

இருந்தது. சிறையாளர்கள் சிறையில் நடப்பதை நான் படம் போட்டு காட்டியதை கண்டு வியந்தனர். அதற்குப் பிறகு நான் கடலூர் மத்திய சிறைக்குச் சென்றபோது சிறையின் உண்மை நிலவரங்களை பேசியதற்காக என்னை கொண்டாடினார்கள். இதுதான் எனக்கு வழங்கப்பட்ட மிகப்பெரிய விருது என்று நான் இன்னமும் நினைத்து வருகிறேன். எனவே தான் இது போன்ற விளிம்பு நிலை மனிதர்களின் வாழ்நிலையை பதிவு செய்யக்கூடிய வாய்ப்பை வழங்கியதற்கு அவர்களுக்கு நன்றி. தொடர்ந்து இது போன்ற வாய்ப்பு எனக்கு வழங்கிக் கொண்டே இருங்கள் என்று கேட்டுக்கொள்கிறேன்.

நன்றி வணக்கம்

பா. ஜோதி நரசிம்மன்

1

பேசுவதற்காக எழுந்த ஒன்றிரண்டு குரல்கள்கூட, தரையில் தட்டப்பட்ட லத்திகளின் ஓசையில் அமுங்கிப் போயின. அவ்வப்போது பீடிப்புகை மட்டும் சுழன்று சுழன்று வந்து முகத்தில் மோதிவிட்டுப் போனது. இரவு எட்டு மணியிருக்கும். எங்கிருந்தோ ஒரு பாட்டு காற்றில் மிதந்து வந்தது. சிறிது கானாபாட்டு. காதல், சோகம், உருக்கம் எல்லாம் அந்தப் பாட்டில் இருந்தது. எவ்வளவு நேரம் அந்தப் பாட்டில் மூழ்கினேன் என்று எனக்குத் தெரியவில்லை. அசந்து உறங்கிப் போனேன். இடையில் கன்விக்ட் வார்டரின் லத்தி ஓசை கேட்டு விழிப்பு வந்தது. புரண்டு புரண்டு படுத்துக்கொண்டிருந்தேன். மறுபடியும் தூங்கிப் போனேன்.

தேர்தல் முடிவுகள் வந்ததும், நானே எம்.எல்.ஏ. ஆகிவிட்டது போல் இருந்தது எனக்கு. இருக்காதா பின்னே? சட்டமன்றத் தேர்தல் அப்படி வேலை வாங்கியிருந்தது.

ஐம்பது நாட்களாக தேர்தல் பிரச்சாரம். வாக்குப்பதிவு, வாக்கு எண்ணிக்கை என்று ஒவ்வொரு கட்டத்திலும் வெகு கவனமாக இருக்க வேண்டியிருந்தது. கொஞ்சம் அசந்தால் போதும், எதிரணிக்காரர்கள் மூக்கில் குத்தி விடுவார்கள். நாம் ஒட்டிய போஸ்டர் மேலேயே அவர்களின் போஸ்டர் ஒட்டியிருக்கும். எங்கெல்லாம் தட்டிகளும், பேனர்களும் வைக்கிறோமோ அவற்றைக் கீழே தள்ளிவிட்டு அவர்களுடைய கட்சியின் தட்டியும், பேனரும் ஏறியிருக்கும். காசு கொடுத்து ஆட்களை வளைத்துவிடுவார்கள். எல்லாவற்றுக்கும்மேல் கள்ள ஓட்டு போட்டுவிடுவார்கள். தேர்தல் சமயத்தில் வேட்பாளர் தூங்குகிறாரோ, இல்லையோ விழிப்போடு இருக்க வேண்டியது ரொம்ப அவசியம்.

தேர்தல் முடிந்த பிறகுதான் ‘அப்பாடா!’ என்று கொஞ்சம் மூச்சுவிட முடிந்தது. பொதுவாக என் போன்ற ஆட்களுக்கு வெற்றி மட்டும்தான் இலக்கு. இல்லையென்றால் ஊரில் ஒரு பயல் மதிக்க மாட்டான். அந்தத் தேர்தலில் நான் எந்த வேட்பாளருக்காக வேலைப்பார்த்தேனோ அவர் வெற்றி பெற்றிருந்தார்.

முடிவுகள் வெளியானதும், நானும் என் சகாக்களும் மாலை ஐந்து மணிக்கு விழுப்புரம் காந்தி சிலை அருகே கூடினோம். எல்லோரும் கணிசமான அளவுக்குச் 'சரக்கை' உள்ளே இறக்கியிருந்தோம். பட்டாசு கொளுத்தினோம். 'வாழ்க!' கோஷம் போட்டோம். எதிரில் வந்த போலீஸ்காரர்களைத் திட்டினோம். நகரைச் சுற்றி ஊர்வலமாக போனோம். எங்களுக்கு வேண்டாத கடைகளின்மேல் கல் எறிந்தோம்.

ஒருவழியாக எங்களுடைய அட்டகாசமெல்லாம் அடங்கியது. ஆனாலும் எல்லோர் மனதிலும் ஒரு சந்தோஷம். பொங்கல் பானையில் இருந்து வழிகிற நுரை மாதிரி பொங்கி, வழிந்து கொண்டிருந்தது.

பக்கத்து கிராமத்திலிருந்து, வெற்றியை கொண்டாடுவதற்காக வந்திருந்தார்கள் நண்பர்கள் சிலர். அவர்களைக் கொண்டு போய் விடுவதற்காக போயிருந்தார் ராஜ் என்கிற நண்பர். அவர் ஒரு டிரைவர். போகும்போது ஒரு பிரச்சனையும் இல்லை. வரும்போது எதிர்கோஷ்டியைச் சேர்ந்த சிலர், ராஜியை தடுத்து நிறுத்தியிருக்கிறார்கள்.

'எங்க வேட்பாளர் தோக்கறதுக்கு நீங்க தாண்டா காரணம். போட்டுத் தள்ளுங்கடா இவனை!' என்று ஒரு ஆள் கத்த, இன்னொருத்தன் பெரிய கத்தியால் ஓங்கி ஒரு போடு போட்டிருக்கிறான். தலையில் வெட்டு விழாமல் தடுப்பதற்காகக் கையை ஓங்கிய ராஜுக்கு வலதுகையில் பலமான வெட்டு விழுந்திருக்கிறது. உடனே மயக்கம் அடைந்து இருக்கிறார் ராஜ். கும்பலோ ராஜ் இறந்துவிட்டதாக நினைத்து அங்கிருந்து தப்பி ஓடியிருக்கிறது.

தகவல் கிடைத்ததும் நாங்கள் ஒன்று கூடினோம். எங்களுடைய கோபமெல்லாம் எதிரணியின் மேல் திரும்பியிருந்தது. ஏதாவது செய்தாக வேண்டும். என்ன செய்வது? இதைத்தான் எல்லோரும் யோசித்துக்கொண்டிருந்தோம்.

'அவனுங்க வீடு எங்க தெருவுக்குப் பக்கத்து தெருவுதான். உடனே கிளம்பு!' என்றார் ஒரு நண்பர். அவர்களுடைய நல்ல நேரமோ, எங்களுடைய கெட்ட நேரமோ தெரியவில்லை போன இடத்தில் ஒரு ஆள் கூட சிக்கவில்லை. இப்போது கோபம் வெறியாக மாறியிருந்தது. தனி மனிதன் நல்லவன், கும்பல் மோசமானது.

‘ஒருத்தன் வீட்டைக் கூட விடாதே! அடி அடிச்சு நொறுக்கு!’ - யாரோ ஆவேசப்பட்டு கத்த வேட்டையில் இறங்கினோம். கிட்டத்தட்ட எதிரணியை சேர்ந்தவர்களின் எல்லா வீடுகளையும் சூறையாடினோம்.

அதற்குள், விழுப்புரம் நகரம் முழுக்க தீப்பிடித்ததுபோல ஒரு பதற்றம் பரவியிருந்தது. அடுத்தது என்ன? இந்தக் கேள்விதான் எல்லோருடைய மனதிலும் ஒலித்துக்கொண்டிருந்தது. அன்றைய சூழ்நிலையில், எங்கள் வேட்பாளர் தேர்தலில் வெற்றி பெற்றிருந்தாலும் ஆட்சி அமைப்பதற்கான பலம் எதிரணிக்குத்தான் இருந்தது. எங்களை பெண்டு நிமிர்த்த இது போதாதா?.

அன்று இரவு ஏழு மணிக்கு மேலிடத்திலிருந்து உத்தரவு வந்தது. ‘ஒருத்தனையும் விடாதே! எல்லா பயலையும் கைது பண்ணு. கையில சிக்குனா துவைச்சு எடுத்துடு.’

அதற்காகவே காத்திருந்ததுபோல உத்தரவு வந்ததும் போலீஸ்காரர்கள் களத்தில் இறங்கினார்கள். இப்போது வேட்டையாடுவது அவர்களுடைய முறை. வீடு புகுந்து அடித்தார்கள். நாங்கள் தினமும் கூடி கூத்தடிக்கிற உடற்பயிற்சி நிலையத்திற்குள் புகுந்து துவம்சம் செய்தார்கள். எங்கள் குழுவைச் சார்ந்த எல்லோரும் சிதறு தேங்காய்போல சிதறிப்போனோம். ஆளுக்கு ஒரு திசையில் ஓடினோம். எங்களுக்கு வேறு வழியில்லை. காவல்துறையின் கையில் சிக்கினால் என்ன ஆகும் என்பது எங்களுக்குத் தெரியும்.

என்னுடன் இருந்தவர்களில் வடிவேல் பழனி கொஞ்சம் முக்கியமானவர்.

அவர் ஓர் ஆயுள் தண்டனை கைதி. ஒரு கொலை வழக்கில் பொய்யாக சேர்க்கப்பட்டு செஷன்ஸ் கோர்ட் அவருக்கு ஆயுள் தண்டனை வழங்கியிருந்தது. உயர் நீதிமன்றத்தில் அப்பீல் செய்து, ஜாமீனில் வந்திருந்தார். எங்களோடு முத்து, மாரி என்று இரண்டு பேர் இருந்தார்கள்.

எவ்வளவு தூரம்தான் ஓட முடியும்? கொஞ்ச நேரம் மூச்சு வாங்கிப் பதுங்குவதற்காவது இடம் வேண்டுமே? ஒரு வீட்டு மொட்டை மாடியில் போய் ஒளிந்துகொண்டோம். வீட்டுக்காரர் எங்களுக்கு வேண்டியவர், நம்பிக்கையானவர். அது போதாதா? கொஞ்சநேரம் அந்த மொட்டை மாடியிலேயே இருந்து நிலைமையை

ஆராய்வது. போலீசின் பார்வை இந்த இடத்திலிருந்து விலகிய பிறகு பாதுகாப்பான ஓர் இடத்தில் போய் தங்குவது என்று முடிவெடுத்தோம்.

ஆனால் நிலைமை எங்களுக்கு சாதகமாக இல்லை. நாங்கள் அந்தப் பகுதியில் இருக்கும் தகவல் எப்படியோ போலீசுக்கு தெரிந்துவிட்டிருந்தது. தெருவையே சுற்றி வளைத்துக் கொண்டார்கள் போலீஸ்காரர்கள். அந்தப் படையில் சுமார் 300 போலீஸ்காரர்களாவது இருப்பார்கள் என்பது எங்கள் கணிப்பு.

இனிமேல் தப்பிப்பதற்கு வழியே இல்லை என்பது எங்களுக்குத் தெரிந்துபோனது. மாட்டிக்கொண்டால் அவ்வளவுதான் லாடம் கட்டிவிடுவார்கள். பயம் ஒரு எறும்பு போல மெல்ல மெல்ல ஊர்ந்து எங்கள் மனதுக்குள் குடியேற ஆரம்பித்திருந்தது. இன்னும் கொஞ்ச நேரம்தான். இந்த மொட்டை மாடிக்கும் போலீஸ் வந்துவிடும். எங்கள் கண்ணெதிரிலேயே அந்த தெருவில் போலீஸ்காரர்கள் இறங்கி, வீடுவீடாக ரெய்டு பண்ண ஆரம்பித்திருந்தார்கள்.

நாங்கள் இருந்த இடத்திலிருந்து மெயின் ரோட்டுக்கு போவதற்கு ஒரே ஒரு வழிதான் இருந்தது. சாக்கடை, வேறு வழியே இல்லை. அந்தச் சாக்கடை வழியாகத் தப்பிப்பது என்று முடிவெடுத்தோம்.

வடிவேல் பழனிதான் எங்களை வழிநடத்தும் பொறுப்பை ஏற்றுக்கொண்டார். 'டேய்! பேண்ட்டை மடிச்சு விட்டுக்கங்க மெதுவா, சத்தம் போடாம நடங்க.'

நடந்தோம்.

'ரெட்டகால் சந்துல ஒரு போலீஸ் ஜீப் நிக்குது. தெரியுதா?'

'தெரியுதுண்ணே'

'பாத்து... சத்தம் போடாம வாங்க. சரி போலீஸ் துரத்தினா என்ன செய்யணும்?'

'ஆளுக்கு ஒரு பக்கமாக ஓடணும்'

'கரெக்டு திறமை உள்ளவன் தப்பிச்சிக்க. அப்படி தப்பிச்சவன் ரயில்வே ஸ்டேஷனுக்கு வந்துடு. இரண்டாவது பிளாட்பாரத்தில் கடைக்கோடியில வந்து நின்னுக்கோ!' மிகத்தெளிவாகத் திட்டத்தைச் சொன்னார் வடிவேல் பழனி.

நாங்கள் தனித்தனியாக பிரிந்தோம். ஒவ்வொருவராக ரயில்வே ஸ்டேஷனை அடைந்தோம். நான் இரண்டாவது பிளாட்பாரத்தில்

நடந்தபோது பயணிகள் எல்லாம் என்னையே பார்ப்பது போல இருந்தது. தலையைக் குனிந்தபடி நடந்தேன், பாதுகாப்பாகத் தங்குவதற்கு ஒரு இடம் வேண்டும். ஆனால் அது விழுப்புரம் அல்ல என்பது மட்டும் எனக்கு நிச்சயமாகத் தெரிந்திருந்தது.

அந்த இருட்டில் ரயில்வே ஸ்டேஷனின் இரண்டாவது பிளாட்பாரத்தில் எல்லோரும் கூடினோம். உட்கார்ந்து எங்கு போவது என்று பேசினோம். சென்னை, திருச்சி, வேலூர், செஞ்சி என ஆளுக்கு ஓர் ஊரைச் சொன்னார்கள். நட்பு வட்டாரம், பாதுகாப்பு, செலவுக்குப் பணம் என எல்லா அம்சங்களையும் உள்ளடக்கி விவாதித்தோம். கடைசியில் எல்லா ஊர்களையும் நிராகரித்தோம். எல்லோரும் ஏற்றுக்கொள்ளும்படியாக இருந்த ஒரே ஊர் திருக்கோயிலூர்.

அங்கு தொழிலதிபர் ஒருவர் இருந்தார். எங்கள் தலைவருக்கும், (தலைவர் என்றால் அரசியல் கட்சி வேட்பாளர் அல்ல. எங்களுக்கு படியளப்பவர். எங்கள் தாதா) எங்களுக்கும் மிகவும் பரிச்சயமானவர். அவரிடம் போய் விட்டால் போதும். பணத்துக்கோ, பாதுகாப்புக்கோ பிரச்னை இல்லை.

ஆனால் எப்படிப் போவது? மணி இரவு ஒன்று. அங்கு போவதற்கு அந்த நேரத்தில் பஸ் கிடையாது. திருக்கோயிலூருக்கு பஸ்ஸில் போகலாம். ஆனால் பஸ் ஸ்டாண்டுக்கு போவதென்பது சிங்கத்தின் குகைக்கே போய் ‘ஹலோ’ சொல்லுவது மாதிரி ரிஸ்க்கான காரியம். போலீஸ்காரர்கள் சுற்றிக் கொண்டிருப்பார்கள். கோழியைக் கூடையைப் போட்டு கவிழ்த்து பிடிப்பது மாதிரிப் பிடித்துவிடுவார்கள். அப்புறம் என்ன லாடம் தான். ஜெயிலைக்கூட சமாளித்துவிடலாம். ஆனால் இந்த போலீஸ்காரர்களின் ‘அடி’ எங்களை அந்த அளவுக்கு பயமுறுத்தியிருந்தது.

கார் கிடைத்தால் வசதி. பாதுகாப்பும்கூட. இந்த யோசனை வந்ததும் கொஞ்சமும் தாமதிக்கவில்லை. ஜங்ஷனில் இருந்த கார் ஸ்டாண்டுக்கு போனோம். வாடகை கார் ஒன்றைப் பேசினோம். திருக்கோயிலூருக்குப் போகவேண்டும் என்று சொல்லவில்லை. திண்டிவனம் என்று மாற்றிச் சொன்னோம். நாங்கள் போன பிறகு போலீஸ் விசாரித்தால் என்ன செய்வது? கார் ஸ்டாண்டில் இருந்த டிரைவர்களில் ஒரு டிரைவர் வருவதற்கு ஒப்புக்கொண்டார். நாங்கள் நாலுபேரும் காரில் ஏறி உட்கார்ந்தோம். கார் கண்ணாடிகளை ஏற்றிவிட்டோம். கார் புறப்பட்டது.

கொஞ்ச தூரம் போனதும், 'டிரைவர்! காரை திருக்கோயிலூருக்கு ஓட்டு' என்றார் வடிவேல்பழனி.

'என்னண்ணே! திண்டிவனம் போறேன்னு சொல்லிதானே ஏறினீங்க'

'திண்டிவனமும், திருக்கோயிலூரும் ஒரே தூரம் தான் ஓட்டுப்பா நாங்க அங்கேருந்து திருவண்ணாமலைக்குப் போகனும்பா' என்றார் வடிவேல் பழனி.

இப்போது டிரைவருக்கு கோபத்துக்குப் பதிலாக பயம் பரவியிருந்ததை முகத்தைப் பார்த்தாலே தெரிந்தது. எங்களைப் பற்றியும் எங்கள் குழுவைப்பற்றியும் அந்த டிரைவருக்குத் தெரிந்திருந்தது. அதற்குப் பிறகு கார் விரையும் சத்தத்தைத் தவிர வேறு எந்த சத்தமும் இல்லை. திருக்கோயிலூரை நெருங்கியதும், ஊருக்கு வெளியே ஓர் இருட்டான இடத்தில் வண்டியை நிறுத்தச் சொன்னார் பழனி. வாடகையை கொடுத்துவிட்டு நாங்கள் இறங்கி நடக்கத் தொடங்கினோம்.

இந்த அர்த்தராத்திரியில் யாரைப் போய் பார்ப்பது ? யார் வீட்டுக் கதவை தட்டுவது? இந்த கேள்வி கரையான் மாதிரி மனதைப் போட்டு அரித்துக் கொண்டிருந்தது. நடந்தோம். ரொம்ப தூரத்தில் ஒரு மின் விளக்கு எரிவது தெரிந்தது. அங்கு போய் பார்ப்பது என்று முடிவு செய்தோம். மின் விளக்கை இலக்காக வைத்துக் கொண்டு நடந்தோம். அரை மணி நேர நடைக்குப் பிறகு அந்த இடத்தை அடைந்தோம்.

அது திருக்கோயிலூரின் மையப்பகுதி. பசி வயிற்றைக் கிள்ள ஆரம்பித்திருந்தது. அந்த அகால நேரத்தில் ஒரு டீக்கடை கூடத் தென்படவில்லை. ஆள் நடமாட்டமே இல்லாமல் வெறிச்சென்று இருந்தன தெருக்கள். நாய்கள் குறைப்பதும் நாங்கள் 'சூ!' என்று அடக்குவதுமாக ஒரு விளையாட்டு வேறு நடந்து கொண்டிருந்தது.

இந்த நேரத்தில் நாங்கள் தேடி வந்தவரின் வீட்டுக்குப் போவது சரியல்ல. வேறு எங்கே போய்த் தங்குவது என்று தெரியவில்லை. கீழையூர் அதுதான் திருக்கோயிலூரில் இருந்த அந்தப் பகுதிக்கு பெயர். ஒரு வீட்டு மொட்டை மாடிக்கு போகிற வழி தெரிந்தது. வீட்டுக்கு பக்கத்திலேயே படிகள். இரவுப் பொழுதை மொட்டைமாடியில் கழிப்பது என முடிவு செய்தோம் (பழக்கதோஷம்). யாராவது கேட்டால் அப்போது பார்த்துக் கொள்ளலாம்.

தெருவில் இருந்த அடிகுழாயில் தண்ணீர் குடித்தோம். மொட்டை மாடியில் போய்ப் படுத்தோம். ஆனால் யாருக்குமே தூக்கம் வரவில்லை. நான் புரண்டு புரண்டு படுத்துக் கொண்டிருந்தேன்.

விடிந்ததும் மொட்டை மாடியில் இருந்து கீழே இறங்கி வந்தோம். தெருக்குழாயில் தண்ணி பிடிக்க நின்றிருந்த பெண்கள் எங்களை வித்தியாசமாகப் பார்த்தார்கள். இனியும் காலம் கடத்தக் கூடாது. முதல் வேலையாக அந்த தொழிலதிபரைப் பார்த்து விடுவது தான் நல்லது என்று எங்களுக்குத் தோன்றியது. நடந்தோம். தெரு ஓரத்தில் இருந்த டீக்கடை பாய்லரில் இருந்து ஆவி பறந்து கொண்டிருந்தது. எல்லோருமே கொலைப் பசியில் இருந்ததால் ஒரு டீ குடித்துவிட்டுப் போகலாம் என்று முத்து சொன்னபோது தவிர்க்க முடியவில்லை.

‘மாஸ்டர் நாலு டீ போடுங்க!’

‘லைட்டா, ஸ்ட்ராங்கா?’

‘ஆங். உனக்கு எப்படி வசதியோ அப்படிப் போடு!’ என்றார் முத்து.

பழனி, முத்துவின் காதில் கிசுகிசுத்தார். ‘வந்த இடத்தில் ஏண்டா எடக்கு மடக்காப் பேசுற? இது நம்ம ஊரு இல்ல. அதுவும் இல்லாம இப்ப தகறாரைச் சந்திக்கிற நிலைமையில நாம இல்ல கொஞ்சம் அடக்கமா இருங்க’.

பிறகு டீக்கடைக்காரரைப் பார்த்து நட்போடு சிரித்தார் பழனி. ‘கோபப்படாதீர்கங்கண்ண இது நம்ம தம்பிதான். கொஞ்சம் விளையாட்டுபுத்தி கண்டுக்காதீங்க நாலு டீ போடுங்கண்ண.’

டீக்கடைக்காரர் பார்த்த பார்வையில் கொஞ்சம்கூட சினேகமில்லை. அதோடு ஒவ்வொருவரையும் உற்று உற்றுப் பார்த்தார். எனக்கு உள்ளுக்குள் ஏதோ குறுகுறுத்தது.

நான் அவர் பார்வையைத் தவிர்த்தேன். பெஞ்சிலிருந்து தினத்தந்தி பேப்பரை எடுத்துப் புரட்டினேன். ஒரு செய்தியைப் பார்த்ததும் எனக்கு ‘திடுக்’கென்று இருந்தது.

முதல் நாள் இரவு விழுப்புரத்தில் நடந்த கூத்து விலாவரியாகச் செய்தியாக விரிந்திருந்தது. கலவரத்தில் 30 பேர் மீது வழக்குப் போட்டு இருந்தது காவல்துறை. தேடப்படும் குற்றவாளிகளின் பட்டியலில் என் பெயரும், வடிவேல் பழனியின் பெயரும்

இருந்தது. பழனியின் முழங்கையை என் விரலால் சுரண்டினேன். கண்ணை அசைத்து செய்தியைக் காட்டினேன்.

பழனி 'என்ன?' என்று கேட்டார்.

'நம்ம மேட்டர்தான்' என்றேன் நான். உடனே பக்கத்திலிருந்தவர்களின் கவனம் முழுவதும் அந்தச் செய்தித்தாளின் மீதும் எங்கள் மீதும் திரும்பியது. ஊருக்குப் புதியவர்களாக இருக்கிறார்களே, யார் இவர்கள்? என்ற அந்தப் பார்வை எங்களைச் சங்கடப்படுத்தியது. டீ குடித்தோம். 'கிளம்பலாம்' என்பது போல கையை அசைத்தார் பழனி. டீக்கு காசு கொடுத்துவிட்டு செய்தித்தாளை கீழே வைத்தேன். உள்ளூர்க்காரர் ஒருவர் செய்தித்தாளைப் பாய்ந்து எடுத்தார். இரண்டு, மூன்று உள்ளூர்க்காரர்கள் தலையை நீட்டி, அந்த செய்தியைப் படித்தார்கள். நாங்கள் எதுவும் நடக்காதது போல நடந்தோம். நான் திரும்பிப் பார்த்தேன். அவர்களில் ஒருவர் எங்களைக் கை காட்டி, ஏதோ சொல்லிக் கொண்டிருந்தார்.

ஓடினால் சந்தேகம் வரும். என்ன செய்யலாம்? எங்களுக்காக காத்திருந்தது போல ஒரு வாடகைக்கார் எதிரே வந்தது. அதை மடக்கி ஏறிக் கொண்டோம். தொழிலதிபர் வீட்டுக்கு காரை விடச்சொன்னோம்.

எங்களுக்காகவே காத்திருந்தார் அந்தத் தொழிலதிபர். காலையில் செய்தித்தாள்களில் எங்கள் செய்தியைப் படித்ததும் நாங்கள் அவரிடம்தான் வருவோம் என எதிர்பார்த்திருந்தார். எங்களைப் பார்த்துப் படபடப்பாக பேசினார்.

'வாங்க! வாங்க! என்ன நாலு பேர் மட்டும் வர்றீங்க. மத்தவங்க எல்லாம் எங்க? உங்க 'தலை' எழில் (பெயர் மாற்றப்பட்டிருக்கிறது) எங்க? இப்போ எங்க இருக்காரு? பாதுகாப்பா இருக்காருல்ல? ஒண்ணும் பயம் இல்லையே?' என்று எங்கள் பதிலை எதிர்பார்க்காமல் கேள்விகளாகப் பொழிந்தார்.

பழனி பொறுமையாக அவருடைய எல்லா கேள்விகளுக்கும் பதில் சொன்னார்.

திடீரென நினைவு வந்தவராக அந்தத் தொழிலதிபர். 'எப்ப கிளம்பினீங்களோ பாவம்! நான் வேற உங்கள நிக்க வெச்சே பேசிக்கிட்டு இருக்கேன். சரி.சரி.நீங்க மேல போங்க. சாப்பிடுறதுக்கு ஏற்பாடு பண்றேன். மேல பாத்ரூம் இருக்கு. குளிச்சுக்கோங்க!' என்றார்.

அதே வேகத்தில் திரும்பி ஒரு வேளையாளைக் கூப்பிட்டார். ‘டேய் ராமு! ராமு. இங்க வா! மீனாட்சி கடையில போய் நாலு பேருக்கு சாப்பாடு வாங்கிக்க. அதுக்கு முன்னாடி கைலி, துண்டு 4 செட் வாங்கிக்கினு வா! சீக்கிரம்.’ வேலையாள் ராமு வெளியே ஓடினார். நாங்கள் மாடிப்படிகளில் ஏறினோம்.

அந்தத் தொழிலதிபர் எப்போதுமே ‘எங்கள் குரூப்’ ஆட்களிடம் மரியாதையாக நடந்து கொள்வார். அவர் வீட்டுக்கு யார் போனாலும் நன்றாக உபசரிப்பார். பாரபட்சம் பார்க்காமல் எல்லோரையும் ஒன்று போல நடத்துவார். இத்தனைக்கும் அவருக்காக நாங்கள் எதையும் செய்ததில்லை. ஆனாலும் எங்கள் மீது அவருக்கு ஒரு தனிப்பட்ட பிரியம், மரியாதை.

மாடி அறை வசதியாக இருந்தது. கொஞ்ச நேரம் கழித்து ராமு மாடிக்கு வந்தார், எங்கள் நான்கு பேருக்கும் புது துண்டு, புது லுங்கி வாங்கி வந்திருந்தார். நாங்கள் குளித்து விட்டு வரவும், சாப்பாடு வரவும் சரியாக இருந்தது. இட்லி, மீன் குழம்பு, கூடவே கொஞ்சம் விஸ்கி. கவலையை மறக்கவேண்டும் அல்லவா?! நாங்கள் சாப்பிட்டோம். களைப்பும் போதையும் சேர்ந்துக்கொள்ள எங்களை மறந்து தூங்கினோம்.

நாங்கள் தங்கியிருந்த வீட்டின் உரிமையாளர் அந்தப் பகுதியிலேயே மிகவும் முக்கியமான ஒரு புள்ளி. அத்துமீறி அவர் வீட்டுக்குள் எந்த ஜீவராசியும் நுழைந்துவிடமுடியாது. முன் அறிவிப்பில்லாமல் வீட்டுக்குள் நுழைய போலீஸ்காரர்களேகூடத் தயங்குவார்கள். அப்படிப்பட்ட ஒருவரின் வீட்டை விடப் பாதுகாப்பான ஓர் இடம் இருக்க முடியாதில்லையா? எனவே, எந்த பயமும் இல்லாமல் நிம்மதியாகத் தூங்கினோம். நாங்கள் எழுந்தபோது மாலை மூன்று மணி. எங்களைப் பார்க்க எங்கள் சகாக்கள் பத்துப்பேர் வந்திருந்தனர். விழுப்புரம் பிரச்னையில் பங்கேற்றிருந்த சங்கர், குணா போன்றவர்களும் அந்தக் கும்பலில் இருந்தார்கள். அன்றைய மாலைசெய்தித்தாளில் விலாவாரியாகத் தகவல்கள் வெளியாகியிருந்தன. முதல் நாள் சம்பவம், அதில் பங்கேற்றிருந்தவர்களின் பெயர்கள், விவரங்கள்... அவ்வளவுதான். நாங்கள் ஆடிப் போய்விட்டோம். எங்கள் வழக்கறிஞரை போனில் தொடர்பு கொண்டோம். எந்த கேஸாக இருந்தாலும் எங்களுக்காக ஆஜராகிற அவர் பெயர் ராஜா. அவர் அன்றைக்கு விழுப்புரத்தில் நடந்த களேபரங்களுக்குக் காரணமான முப்பத்தைந்து பேரின்

விவரங்களைக் கேட்டு வாங்கினார். 'ரொம்பப் பிரச்னையில்லாம முடிச்சிடலாம்' என்று தைரியம் சொன்னார்.

அடுத்து என்ன செய்வது என்று விவாதித்தோம். சரணடைவதுதான் நல்லது என்று எல்லோருக்குமே தோன்றியது.

'போலீஸ் அடிக்காம இருந்தா நான் சரணடையத் தயாருண்ணே!-' என்றேன் நான். பழனிக்கு, சிறைக்குப் போய்வந்த அனுபவம் உண்டு. ஆனால், என்ன காரணமோ அவர் சரணடைவதைப்பற்றி வாயே திறக்கவில்லை. குணாவும் சங்கரும்கூட என்கருத்தையே சொன்னார்கள். எவ்வளவு நாளைக்குத்தான் இப்படி போலீஸுக்குப் பயந்து, ஓடி ஒளிந்து கண்ணாமூச்சி ஆடிக் கொண்டிருக்கவேண்டும் என்று அவர்களும் நினைத்தார்கள். கடைசியில் நான், சங்கர், குணா மூன்றுபேர் மட்டும் முதலில் போலீஸில் சரணடைவது என்று முடிவு செய்தோம். வழக்கறிஞரை போனில் தொடர்பு கொண்டோம். விஷயத்தைச் சொன்னோம். அவர், 'கொஞ்ச்நேரம் கழிச்சு மறுபடியும் பேசறேன்' என்றார். சொன்னபடியே பேசினார்.

'நான் டி.எஸ்.பி.கிட்ட பேசிட்டேன்ப்பா. முதல்ல பத்துப் பேரையாவது சரணடையச் சொல்லுங்கறாரு. யாரையும் அடிக்க மாட்டோம். மீதிப்பேரைக் கொஞ்ச கொஞ்சமா சரணடையச் சொல்லு. நாங்க புடிச்சோம்னு வச்சுக்க. தொலைச்சுடுவோம்ங் கறாரு. என்ன பண்ணலாம்?' என்று கேட்டார். பிறகு, எங்களைப் போலவே வேறு இடங்களில் பதுங்கியிருந்தவர்களைப் பற்றியத் தகவல்களை விசாரித்தார். எங்கள் மூன்று பேரையும் அடுத்த நாள் சரணடையத் தயாராக இருக்கச் சொன்னார்.

அடுத்த நாள் காலையில் எழுந்ததில் இருந்தே எனக்குப் பரபரப்பாக இருந்தது. என்ன நடக்குமோ? வக்கீல் சொன்னதற்காக போலீஸ்காரர்கள் அடிக்காமல் விட்டுவிடுவார்களா என்ன? எப்படி அடிப்பார்கள்? நம் உடம்பு தாங்குமா? இப்படிப் பல கேள்விகள். குளித்து, சாப்பிட்டுவிட்டு முதல் காரியமாக வீட்டுக்கு போனில் பேசினேன். அப்பாதான் போனை எடுத்தார்.

'நான் ஜோதி பேசறேன்' என்று சொன்னதுமே தழுதழுத்து விட்டார்.

'டேய் ஜோதி! நீ எங்கடா இருக்கே? இங்க யாரையோ வெட்டிட்டாங்களாம். உன்னையும் போலீஸ் தேடுதாமே? விழுப்புரம் பக்கம் வந்துடாதே. போலீஸ்ல மாட்டினா கேஸ்

போட்டுடுவாங்களாம். ஜாக்கிரதை!' என்று என்னென்னவோ பேசினார். என் அப்பா என்னை நினைத்து முதல் முறையாகப் பதறிப் பதறிப் பேசிய வார்த்தைகள். எப்படிப்பட்ட மனுஷருக்கு எப்படிப்பட்ட பிள்ளை என்று எனக்கு என் மேலேயே வெறுப்பாக இருந்தது.

'அப்பா! நான் பெங்களூருல இருக்கேன். பதினஞ்சு நாள் கழிச்சித் தான் வருவேன். அம்மாகிட்ட சொல்லிடுங்க. என்னப்பத்தி கவலைப்படாதீங்க.' போனை வைத்தபோது உண்மையிலேயே நான் உடைந்துபோயிருந்தேன்.

ஒரு வழியாக வீட்டை சமாளித்துவிட்டேன். இனிமேல் சிறையையும் போலீஸ்காரர்களையும் சமாளித்தாகவேண்டும். முடியுமா?

எங்களை அழைத்துப் போக ஒரு கார் வந்து காத்திருந்தது. எங்களுக்கு அடைக்கலம் கொடுத்திருந்த தொழிலதிபரிடமும் நண்பர்களிடமும் சொல்லிக்கொண்டு, நான், சங்கர், குணா மூன்றுபேரும் காரில் ஏறினோம். கார் திருக்கோயிலூரிலிருந்து விழுப்புரம் நோக்கிப் போனது. சாலை, மரங்கள், வயல் வெளிகள், எதிரே வரும் வாகனங்கள்... எதுவுமே என் கவனத்தில் பதியவில்லை. பயம். அது ஒன்றுதான் என்னை மலைப் பாம்புபோல வளைத்துப் பிடித்திருந்தது. சொன்னது போலவே குறிப்பிட்ட இடத்தில், வழக்கறிஞர் ராஜா எங்களுக்காகக் காத்திருந்தார். காரை நிறுத்திவிட்டு இறங்கினோம்.

'ஜோதி! இன்னும் மரக்காணத்துல இருந்து நம்ம குரூப் ஆளுங்க விழுப்புரம் வந்து சேரலை, அதுல வெங்கடேசன், குமாரை சேத்து மொத்தம் ஏழுபேர் சரணடையறதுக்காக வர்றாங்க. மொத்தமா பத்துப் பேரா சரண்டராகறது நல்லது. அப்பதான் டி.எஸ்.பி. மத்த ஆளுங்களைத் தேடறதையும் வீடுகளுக்குப் போய் தொந்தரவு பண்றதையும் நிறுத்துவாரு. நாம கொஞ்ச நேரம் இங்கேயே காத்திருப்போம். நம்ம ஆளுங்க விழுப்புரத்தை நெருங்கின உடனே கிளம்பிடலாம்' என்றார் ராஜா.

நாங்கள் காத்திருந்தோம். இன்னும் கொஞ்சதூரம் போனால் விழுப்புரம். சாலை ஓரமாக இருந்த அரச மரத்திலிருந்து ஒரு வாலாட்டிக் குருவி இறங்கிவந்து எங்கள் காரின் மேல் உட்கார்ந்தது. வானத்தில் மேகங்கள் கலைந்துக் கிடந்தன. அதிக சத்தத்துடன்

ஒரு டிராக்டர் எங்களைக் கடந்துபோனது. எங்களுக்கு எதிரே ஒரு பஸ் வந்து கொண்டிருந்தது.

சங்கர் 'சடக்'கென்று ரோட்டுக்கு அந்தப் பக்கம் போய் நின்றான். 'ஏய் சங்கர் எங்க போறே?' என்று நான் கத்தினேன். எனக்கு பதில் சொல்ல அவன் அங்கே இல்லை. ஓடுகிற பஸ்ஸில் தாவி ஏறிக்கொண்டான். புழுதியைக் கிளப்பிக்கொண்டு அந்த பஸ் எங்களுக்குப் பின்னால் போய்க்கொண்டிருந்தது. நாங்கள் எல்லோருமே 'சங்கர்! சங்கர்' என்று கத்தினோம். நானும் குணாவும் ஒருவரை ஒருவர் பார்த்துக்கொண்டோம். குணாவின் கண்ணில் பயம் அப்பட்டமாகத் தெரிந்தது.

'ரொம்பப் பயமா இருக்கு சார். சங்கர் நிறையா தடவை ஜெயிலுக்குப் போய்ட்டு வந்தவன். அவனே பயந்து ஓடுறான். எனக்கு இதுதான் முதல் தடவை. போலீஸ்காரங்க அடிச்ச என் உடம்பு தாங்காது சார்! போலீஸ்காரங்கக்கிட்ட கொஞ்சம் சொல்லுங்க சார்' நடுங்கிய குரலில் நான் சொன்னேன்.

'சங்கர் பயந்தாங்கொள்ளி. அதான் ஓடிட்டான். போலீஸ்காரங்க கையெல்லாம் வைக்க மாட்டாங்க ஜோதி! நான் பாத்துக்கறேன். தைரியமா இரு. பத்து நாளைக்குள்ள உங்களுக்கு ஜாமீன் கிடைச்சிடும். போலீஸ்கிட்ட நான் தனியா சொல்றேன். அவங்க விரல்கூட உங்க மேல படாது.'

என்னதான் வழக்கறிஞர் ஆறுதல் கூறினாலும் எனக்குள் ஓர் உதறல் இருந்துகொண்டே இருந்தது. அரைமணி நேரம் கழிந்திருக்கும். வழக்கறிஞர் ராஜாவின் செல்போன் சிணுங்கியது.

'ஆங்... சொல்லுங்க! ஆமா. வெங்கடேசா? விழுப்புரம் வந்துட்டீங்களா? சரி... சரி... பெரியார் சிலைக்குப் பக்கத்துலயே நில்லுங்க. தோ வந்துடறேன்.'

எங்கள் கார் புறப்பட்டது. விழுப்புரம் பெரியார்சிலைக்கு அருகே பத்தடி தூரத்தில், நகரக் காவல் நிலையம். நானும் குணாவும் காரைவிட்டுக் கீழே இறங்கினோம். குமாரும் வெங்கடேசனும் பாபுவும் மற்றும் சிலரும் இறுக்கமான முகத்தோடு நின்று கொண்டிருந்தார்கள். நாங்கள் மொத்தம் ஒன்பது பேர். எல்லோரும் போலீஸ் ஸ்டேஷனை நோக்கி நடந்தோம். ரோட்டின் இருபக்கமும் இருந்த எல்லோருடைய பார்வையும் எங்கள் மீதுதான் பதிந்திருந்தன. காவல் நிலையத்துக்குள் நுழைந்தவுடன்

இன்ஸ்பெக்டர் எங்களை வரவேற்பதுபோல எழுந்து வந்தார். இப்படி கும்பலாகச் சரணடைவது என்பது போலீஸைப் பொறுத்தவரை ஒரு கௌரவம். குற்றவாளிகளுக்கு போலீஸின் மேல் இன்னும் பயம் இருக்கிறது என்பதற்கான அடையாளம். அதோடு வேலையும் மிச்சம், இல்லையா? ‘யோவ்! யாருய்யா அங்க பாரா? இவனுங்கள லாக்கப்புல போடு.’ ‘சொல்லுங்க வக்கீல் சார். மீதி ஆளுங்களை எப்ப சரண்டர் பண்ணப் போறீங்க?’

‘ஆளுங்கல்லாம் ஒவ்வொரு திசையில் சிதறி ஓடிட்டாங்க சார். எப்பிடியும் ரெண்டு, மூணு நாள்ல என்கிட்ட பேசிடுவாங்க. நான் பேசி, எல்லாரையும் கொண்டாந்து சரண்டர் பண்ணிடறேன். அப்புறம் முக்கியமா ஒரு விஷயம். இவனுங்களை அடிச்சிறாதீங்க. அடிச்சீங்கன்னா மீதி ஆளுங்க சரணடைய மாட்டாங்க, பாத்துக்கங்க’ என்றார் வழக்கறிஞர் ராஜா.

‘வக்கீல்சார்! நீங்க சொன்ன மாதிரி நடந்துக்கிட்டீங்க. அதுபோல நானும் நடந்துக்குவேன். இவனுங்கள அடிக்கமாட்டேன். மீதிப் பேரையும் சீக்கிரமா சரணடையச் சொல்லுங்க’ என்று சொல்லிவிட்டு வெளியே எங்கேயோ புறப்பட்டுவிட்டார் இன்ஸ்பெக்டர்.

லாக்கப் ரூம் கெட்டவாடை அடித்தது. சுவரெல்லாம் மூட்டைப் பூச்சியை நசுக்கிய ரத்தக்கறை. எங்களுக்கு முன்பாகவே லாக்கப்பில் மூன்று பேர் உட்கார்ந்திருந்தார்கள். நான் லாக்கப்பைச் சுற்றிச் சுற்றி பார்த்தேன். எனக்கு அது புதிய அனுபவம். அது பத்துப் பேர் அமரக்கூடிய லாக்கப் அறை. நாங்கள் ஒன்பதுபேரும் நெருக்கியடித்துக்கொண்டு உட்கார்ந்தோம். லாக்கப்பின் கம்பிகள் வழியாகத் தலையை சம்மட்டியால் அடிப்பதுபோல ஒயர்லஸ் சத்தம் உள்ளே வந்து கொண்டிருந்தது. எதையும் கண்டுகொள்ளாமல் தலையைக் குனிந்து எதையோ எழுதிக்கொண்டே இருந்தார் எழுத்தர். அடுத்தது என்ன? இதுதான் எங்களுடைய கேள்வியாக இருந்தது. யாரோ லாக்கப்பைத் திறந்தார்கள். நான் நிமிர்ந்து பார்த்தேன். உள்ளே நுழைந்தார் ஒரு சப்-இன்ஸ்பெக்டர்.

‘டேய்! மாப்பிளைங்களா வாங்க! வாங்க! ராத்திரிபூரா உங்களைத் தாண்டா தேடிக்கிட்டு இருந்தோம். நீங்களே வந்து மாட்னீங்களா?’

‘என்னுடைய தொடை லேசாக நடுங்க ஆரம்பித்தது.’

‘யோவ்! அந்த லத்திய எடுய்யா. இதுல ஹெட்டு யார்ரா?’

நாங்கள் பதில் பேசாமல் உட்கார்ந்திருந்தோம்.

'டேய் உன் பேர் என்னடா?'

'குமார் சார்.'

'குமாரா? நீ தானே அன்னிக்கி டி.எஸ்.பி.யைக் கையை நீட்டிப் பேசினே?'

'இல்லை சார்'

'எல்லாம் எனக்குத் தெரியும்டா. நீதான் கையை நீட்டிப் பேசினே?. படுறா. அப்பிடியே கீழே படுறா. நல்லா காலை நீட்டு.'

ஒரு ஏட்டு பெரிய மூங்கில் தடி ஒன்றைக் கொண்டுவந்து சப்-இன்ஸ்பெக்டரிடம் கொடுத்துவிட்டு, தயங்கித் தயங்கிச் சொன்னார். 'இன்ஸ்பெக்டர் இவங்கள ஒண்ணும் பண்ண வேணாம்னு சொன்னார் சார்'

'யோவ்! அவருக்கென்னா தெரியும்? ரெண்டுநாளா ராத்திரியும் பகலுமா இவனுங்கள தேடி அலைஞ்சது நானு... அலைஞ்சு அலைஞ்சு சூட்டுல காலையில் ஒண்ணுக்குக்கூட வரமாட்டேங்குதுய்யா. யோவ் ஏட்டு! இவன் கால் மேல ஏறி நில்லுயா.'

நான் விதிர்விதிர்த்துப் போய்ப் பார்த்துக்கொண்டிருந்தேன். குமாரைப் படுக்க வைத்து, கால் முட்டிக்குக் கீழே இருந்த பகுதியில் லாடம் பொருத்தப்பட்ட பூட்ஸ் காலோடு ஏட்டு ஏறி நின்று கொண்டார். அந்த எஸ்.ஐ. கையிலிருந்த மூங்கில் தடியால் குமாருடைய கால் பாதத்தில் ஓங்கி அடிக்க ஆரம்பித்தார். ஒவ்வொரு அடியும் இடிபோல இறங்கியது. கதற ஆரம்பித்தான் குமார்.

'அய்யோ! சார் என்னை விட்டுடுங்க சார். நான் எந்தத் தப்பும் பண்ணலை சார். என்னை விட்டுடுங்க சார். உயிர் போவுது சார்.' என்று துடிதுடித்துப் போனான் குமார். அந்த எஸ்.ஐ.நிறுத்தாமல் அடித்தார். கையில் இருந்து மூங்கில் தடி சுக்கு நூறாகப் போகும்வரை அடித்தார். அத்தோடு தன் ஆட்டத்தை நிறுத்திக் கொள்ள அவர் தயாராக இல்லை. வேறொரு லத்தியை எடுத்து வரச் சொன்னார். என் தொடை வேகமாக ஆட ஆரம்பித்தது. அடுத்து எங்களில் யாரோ ஒருவரைத்தான் அந்த சப்-இன்ஸ்பெக்டர் அடிக்கப் போகிறார். யாரை? ஒன்று மட்டும் எனக்குப் புரிந்தது. என்னை அவர் அடித்தால் அதற்குப் பிறகு நான் ஜெயிலுக்குப் போக மாட்டேன். லாக்கப்பிலேயே பிணமாகிவிடுவேன். அந்த அடியில் ஒன்றைக்கூட என்னால் தாங்கமுடியாது. என்ன செய்யலாம்? எஸ்.ஐ.யின்

காலைபிடித்து கட்டிக்கொண்டு அழுதுவிட வேண்டியதுதான். வேறு வழியில்லை.

அந்த எஸ்.ஐ.க்கு குமார் மீது ஏன் அவ்வளவு ஆத்திரமோ? மீண்டும் குமார் பக்கம் போனார். முதலில் காலில் அடித்தார் இல்லையா? இப்போது கைகள். ரேகை உள்ள பக்கமாகக் கையை நீட்டச் சொல்லி அடிக்க ஆரம்பித்தார். எஸ்.ஐ. குமாரை அடிப்பதை எல்லோருமே மிரட்சியோடு பார்த்துக் கொண்டு இருந்தோம். எனக்குக் கண்ணீர் வர ஆரம்பித்துவிட்டது. குமாரின் அலறல் சத்தம் கேட்டு வெளியே நின்றிருந்த வழக்கறிஞர் ராஜா ஓடிவந்தார்.

எஸ்.ஐ.யைப் பார்த்துக் கத்தினார். ‘சார் என்னா சார் இது? மாட்டைப் போட்டு அடிக்கிற மாதிரி அடிக்கிறீங்க? அடிக்க மாட்டேன்னு சொல்லித்தானே கூட்டிட்டு வரச் சொன்னீங்க? அப்புறம் ஏன் இப்பிடி அடிக்கிறீங்க? இவனுங்க என்ன கொலையா பண்ணீட்டானுங்க? நெலம இப்பிடியே இருக்கும்னு நினைக்கா தீங்க. நாளைக்கே ஆட்சி மாறும். அப்புறம் நீங்க எல்லாருமே என் பாக்கெட்ல தெரிஞ்சிக்கோங்க. இனிமே ஒருத்தனைக்கூடக் கூட்டிக்கிட்டு வரமாட்டேன். மீதி ஆளுங்களை நீங்களே புடிச்சிக் கோங்க. அதுவும் ஈஸியா பிடிக்க முடியும்னு நினைச்சுடாதீங்க. இன்னும் அஞ்சு வருஷம் ஆனாலும் உங்களால பிடிக்க முடியாது. அடுத்தது எங்க ஆட்சித்தான். அப்புறம் கேஸே இல்லாம செஞ்சிடுவோம்’ எனக் கோபமாக வக்கீல் பேசியவுடன்தான் அந்த சப்-இன்ஸ்பெக்டர் அடிப்பதைக் கொஞ்சம் நிறுத்தினார். சரியாக அதேசமயம் வெளியே போயிருந்த இன்ஸ்பெக்டர் ஸ்டேஷனுக்குள் நுழைந்தார்.

‘டேய்! அவனுங்களை யாரும் ஒண்ணும் செய்ய வேணாம்னு சொன்னேன்ல. நான் பாத்துக்கறேன். போங்கடா’ என்று அதட்டுப் போட்டார்.

வக்கீல் ராஜா எங்களிடம் வந்தார். ‘இன்ஸ்பெக்டர் பாத்துப்பாரு. யாரும் இனிமே அடிக்க மாட்டாங்க. கவலைப்படாதீங்க. இன்னும் ஒரு மணிநேரத்துல கோர்ட்டுக்குக் கூட்டிட்டுப் போயிடுவாங்க. நான் கோர்ட்டுல உங்களுக்காக வெயிட் பண்றேன்’ என்று சொல்லிவிட்டுப் போனார்.

அப்போதும் எனக்குக் கிலி அடங்கவில்லை. அந்த சப்-இன்ஸ்பெக்டர் திரும்பவும் வந்து அடித்தால்? நான் லாக்கப் கம்பிகளுக்கு வெளியில் இருந்து அந்த எஸ்.ஐ. வருகிறாரா என்றே பார்த்துக்கொண்டிருந்தேன். எனக்குப் பக்கத்தில் வந்து அமர்ந்தான்

குமார். இன்னும் விசும்பிக்கொண்டிருந்தான். அவனைப் பார்க்கவே பாவமாக இருந்தது.

‘யாரோ பெத்த புள்ள! எவனோ வந்து, எதுக்கோ அடிக்கிறான்’ ‘என்று ஒரு குரல் லாக்கப் கம்பிகளுக்கு வெளியே கேட்டது. நான் திரும்பிப் பார்த்தேன். ஒரு கை ஏதோ ஒரு தைல பாட்டிலை நீட்டிக்கொண்டிருந்தது. பாட்டிலைக் கொடுத்தவரைப் பார்த்தேன். அதிர்ந்துபோனேன். அதைக் கொடுத்தவரும் ஒரு போலீஸ்காரர்தான்.

‘என்னப்பா பே!பே!ன்னு முழிச்சுக்கிட்டு இருக்கே? புடி. அந்தத் தம்பிக்கு தேச்சு வுடுப்பா. பாவம்!’ வெங்கடேசனும் நானும் தைலத்தைக் குமாரின் அடிபட்டக் காலிலும் கையிலும் தேய்த்தோம். நடந்த களேபரத்தில் எனக்குச் சிறுநீர் முட்டிக்கொண்டு வந்தது. தைலம் கொடுத்த காவலரை அழைத்து, ‘ஐயா’ என்று ஒருவிரலைக் காட்டினேன்.

அவர் கதவைத் திறந்து என்னை அழைத்துக்கொண்டு காவல் நிலையத்தின் பின்பக்கம் போனார். ‘குப்’பென்று நாற்றம் அடித்தது கழிப்பறை. அதற்குக் கதவு கிடையாது. கால்களைக் கீழே வைக்கவே அருவருப்பாக இருந்தது. எனக்குப் பின்னால் அந்த போலீஸ்காரர் வேறு நின்று என்னையே பார்த்துக் கொண்டிருந்தார். அவ்வளவு நேரம் முட்டிக்கொண்டு வந்த சிறுநீர் வெளியே வருவதற்கு அடம்பிடித்தது. அருகில் அவர் நிற்கிறாரே என்கிற கூச்சம் ஒருபுறம். அவரைக் ‘கொஞ்சம்? தள்ளிப் போங்க சார்!’ என்று சொல்லவும் பயமாக இருந்தது. சிறுநீர் கழிக்காமலேயே கழிவறையில் இருந்து வெளியே வந்தேன்.

‘என்னப்பா முடிஞ்சுதா?’

‘முடிஞ்சுது சார்’

லாக்கப்புக்குத் திரும்பினேன். உள்ளே வந்தபிறகுதான் லாக்கப்பில் ஏற்கெனவே எங்களுக்கு முன்னால் வந்து அமர்ந்திருந்த அந்த மூன்று பேரைக் கவனித்தேன். அவர்களில் ஒருவர் என்னைப் பார்த்து சைகை செய்தார். முதலில் எனக்குப் புரியவில்லை. ரெண்டாவது முறை சைகை செய்தபிறகுதான் ‘பீடி இருக்கிறதா?’ என்று கேட்கிறார் என்பது எனக்குப் புரிந்தது. நான் ‘இல்லை’ என்று தலையாட்டினேன்,

அவர் என் சகாக்களில் இன்னொருவரிடம் கேட்டார். அவர் கொடுத்த பீடியை வாங்க, லாகவமாகப் பற்ற வைத்தார். எனக்கு ‘திடுக்’ என்று இருந்தது. போலீஸ் ஸ்டேஷனில், அதுவும்

போலீஸ்காரர்கள் முன்னிலையில் மரியாதை இல்லாமல் பீடி குடிக்கிறாரே, நிச்சயம் உதை கிடைக்கப் போகிறது என்று நினைத்தேன். இவரால் நாம் வேறு அடிவாங்கப் போகிறோம் என்று நினைத்தேன். ஆனால், எந்த போலீஸ்காரரும் அவர் பீடி குடித்ததைக் கண்டுகொள்ளவே இல்லை.

அவர் என்னைப் பார்த்து மறுபடியும் சிரித்தார். ‘என்ன தம்பி பாக்கறீங்க? இங்கல்லாம் பீடி குடிக்கறது சகஜம்ப்பா, யாரும் ஒண்ணும் சொல்ல மாட்டாங்க. இது ஒண்ணுதான் நமக்கு இருக்கற ஒரே சுதந்தரம்’ என்றார் அவர்.

கொஞ்ச நேரம் கழித்து இன்ஸ்பெக்டர் வந்தார். ‘டேய் எழில் கோஷ்டி ஆளுங்களெல்லாம் வாங்கடா. வந்தியா, லைனா நில்லு. போட்டோ கிராஃபர்! ஒவ்வொருத்தனையும் தனித்தனியா போட்டோ எடுய்யா. இன்னும் அஞ்சு வருஷத்துக்கு இவனுங்கள வச்சித்தான் ஸ்டேஷனை ஓட்டணும்.’

அவர் என்ன சொல்கிறார் என்று எனக்குப் புரியவில்லை.

எல்லோரையும் வரிசையாக நிற்க வைத்துப் புகைப்படம் எடுத்தார்கள். போட்டோ எடுத்து முடிந்ததும், அனைவரும் போலீஸ் வேனில் ஏற்றப்பட்டோம். நீதிமன்றத்தை நோக்கி விரைந்தது போலீஸ் வேன். வழியில் அருகில் உட்கார்ந்திருந்த காவலரிடம் தயங்கித் தயங்கிக் கேட்டேன்.

‘எதுக்கு சார் போட்டோ எல்லாம் எடுத்தாங்க?’

‘அதுவா தம்பி. போட்டோ எடுத்துக் கையில வச்சிக்கினா எல்லாத்துக்கும் நல்லது. ஆள் கிடைக்காத கேஸுக்கு இந்த போட்டோவுல இருக்குற யாரையாவது போட்டுக்கலாம்.’

எனக்குத் தூக்கி வாரிப் போட்டது. யாரையாவது சேர்ப்பது என்றால் என்ன அர்த்தம்? இனி காவல்துறைக்கும் நமக்குமான தொடர்பு அதிகம் என்றுதானே பொருள்? நீதிமன்றத்தை நோக்கிச் சென்ற அந்த வேனில் எங்களுடன் சந்தேக கேஸிலும் சாராய கேஸிலும் கைது செய்யப்பட்டவர்களும் இருந்தார்கள். நீதிமன்றத்தில் அவர்களைப் பார்க்க அவர்களுடைய உறவினர்களும் தெரிந்தவர்களும் வந்திருந்தார்கள். எங்களைப் பார்க்கத்தான் யாரும் வரவில்லை. எங்கள் மீது சுமத்தப்பட்ட வழக்கு அப்படி. யாராவது எங்களைப் பார்க்க வந்தால் அவர்களையும் போலீஸ் கைது செய்துவிடும்.

நாங்கள் நேரம் கெட்ட நேரத்துக்கு நீதிமன்றத்துக்குப் போயிருந்தோம். இரவு ஏழு மணி. இந்த நேரத்தில் எந்த நீதிபதி இருப்பார் என்று நான் யோசித்துக்கொண்டிருந்தேன்.

ரொம்ப நேரத்துக்குப் பிறகு, நீதிமன்ற ஊழியர் ஒருவர் வந்தார்.

'நீதிபதி ஐயா அக்யூஸ்ட்டை எல்லாம் வீட்டுக்குக் கூட்டிட்டு வரச் சொன்னாங்க. அங்கேயே ரிமாண்ட் கொடுத்திடுறாங்களாம்.'

வேலை நேரம் முடிந்துவிட்டதால் நீதிபதி, வீட்டுக்குப் போயிருந்தார். எங்களை நீதிபதி வீட்டுக்கு நடத்தியே அழைத்துப் போனார்கள். சாலையின் இருபுறமும் இருந்தவர்கள் எங்களையே பார்ப்பதுபோல இருந்தது. தெரிந்தவர்கள் யாராவது பார்த்திருப்பார்களோ என்று நினைக்கவே எனக்கு சங்கடமாக இருந்தது. தலையைக் குனிந்தபடி நடந்தேன்.

ஏட்டு சொன்னார்: 'டேய் எல்லாரும் கேட்டுக்கங்க. மேஜிஸ்ட்ரேட் எது கேட்டாலும்' 'ஆமா'ன்னு சொல்லணும். போலீஸ் அடிச்சாங்களான்னு கேட்டா 'இல்லை'ன்னு சொல்லணும். என்னா எல்லாருக்கும் புரிஞ்சுதா? டேய் குமாரு உனக்கும்தாண்டா. புரியுதா?'

நடக்க முடியாமல் நடந்து வந்துகொண்டிருந்த குமார், தலையை ஆட்டி 'சரி ஏட்டய்யா' என்றான்.

நீதிபதி ஒவ்வொருத்தராக உள்ளே கூப்பிட்டார். பெயரைச் சொல்லி, 'அடிதடி வழக்கில் உங்களைக் கைதுசெய்து இருக்கிறார்கள். உங்களை போலீஸ் அடிச்சாங்களா?' என்று கேட்டார். நாங்கள்,' 'இல்லைங்க சார்' என்று சொன்னவுடன், 'உங்களைப் பதினைந்து நாள் சிறையில் வைக்க உத்தரவிடுகிறேன்' என்றார்.

அதுவரை அமைதியாக இருந்த எனக்குப் பதினைந்து நாள் சிறைத்தண்டனை என்றவுடன் பயம் அதிகரித்துவிட்டது. கூடவே இன்னொரு பயமும் சேர்ந்துகொண்டது. அது 'ஜெயில் எப்படி இருக்குமோ?' என்ற பயம். எல்லோரும் வெளியே வந்தோம். குமாரால் நடக்கவே முடியவில்லை. அப்படி அடி வாங்கியிருந்தான். அவனை இரண்டு மூன்றுபேராகத் தாங்கிப்பிடித்து போலீஸ் வேனுக்குள் ஏற்றினோம். அப்போதுதான் கவனித்தேன். வேன் படிக்கட்டுக்கு மேலே 'போலீஸ் உங்கள் நண்பன்' என்று எழுதியிருந்தது.

வேன் புறப்பட்டது. வெங்கடேசன், ஜெயபால் ஏட்டின் காதில் கிசுகிசுத்தான். 'அண்ணே பசங்க ரெண்டுநாளா அங்கயும் இங்கயுமா ஓடியும் ஒளிஞ்சும் ரொம்ப சோர்ந்து போயிருக்காங்க. இன்னும் பதினைஞ்சு நாளைக்கு ஜெயில்ல வேற இருக்கணும். அதனால்...' என இழுத்தான்.

அதனால என்னடா வேணும்?

'கொஞ்சம் சரக்கடிச்சா தெம்பா இருக்கும்.'

'சரி. காசு கொடு நானே வாங்கித் தர்றேன்.'

உடனே ஆயிரம் ரூபாயை எடுத்து ஏட்டிடம் கொடுத்தான் வெங்கடேசன். ஏட்டு, முன்புறம் உட்கார்ந்திருந்த எஸ்.ஐ.யைப் பார்த்து குரல் கொடுத்தார்.

'ஐயா! வண்டியை சின்னக் கடத்தெருவுல நிறுத்துங்க. இவனுங்களுக்கு டிபன் வாங்கிடலாம்.'

கொடுத்த காசுக்கு அந்த ஏட்டு சரியாக வேலை செய்தார். வேன், கடலூர் மத்தியச் சிறையை நோக்கித் தன் பயணத்தைத் தொடங்கியது. ஏட்டு வாங்கிக் கொடுத்திருந்த சரக்கு எல்லோருக்கும் போதுமானதாக இருந்தது. வலியால் துடித்துக் கொண்டிருந்த குமாருக்கு மட்டும் போதவில்லை. அதனால் குமாருக்கு ஒரு ரவுண்டு அதிகமாகவே கொடுத்தோம்.

போதை மயக்கத்தில் இருந்த எங்களிடம் ஏட்டு நைசாக விசாரிக்க ஆரம்பித்தார். 'மத்த ஆளுங்களெல்லாம் எங்கடா இருக்கானுங்க?' என்று பிட்டைப் போட்டார்.

'திருப்பதி, திருவனந்தபுரம்' என்று நாங்கள் வாய்க்கு வந்த பேரைச் சொன்னோம்.

'இவனுங்க சரியா சொல்லமாட்டானுங்க வுடுய்யா' என்றார் எஸ்.ஐ. அசதியும் போதையும் சேர்ந்துகொள்ள நன்றாகத் தூக்கம் வந்தது. திடீரென வண்டி ஏதோ மலைமேல் போகிற மாதிரி இருக்க எட்டிப்பார்த்தேன். ஜன்னலுக்கு வெளியே கும்மிருட்டு. கொஞ்ச தூரத்தில் நான்கு, ஐந்து மெர்குரி விளக்குகள் பிரகாசமாக எரிந்து கொண்டிருந்தன. வண்டி ஒரு வளைவில் திரும்பியது. 'கடலூர் மத்தியச்சிறை' என்ற எழுத்துகள் தெரிந்தன.

நூறு அடி உயரத்துக்கும் மேல் இருந்தது சிறையின் மதில் சுவர். ஒரு புறம் பயம். மற்றொருபுறம் சிறை எப்படி இருக்கும்

என்கிற ஆர்வம் கலந்த சங்கடம். குளியலறை, கழிப்பறை இருக்குமா? கடைகள் இருக்குமா? உள்ளே இருக்கும் மனிதர்கள் எப்படிப்பட்டவர்கள்? எல்லோருடனும் சகஜமாகப் பழக முடியுமா? இப்படி ஆயிரம் கேள்விகள்.

இந்த இடத்தில் சிறையைப் பற்றி ஒரு சிறு குறிப்பு வரைந்தாக வேண்டும்.

லாக்கப் வேறு, சிறை வேறு.

ஒருவருடைய கைதுக்குப்பிறகு லாக்கப், பின்னர் கிளைச் சிறை. அந்த வழக்கு முடிந்து தண்டனை பெற்ற பின்னர் மத்திய சிறை... எனக் கம்பிகள் வைத்த அந்தத் தீவுகளுக்கு ஒரு தொடர்ச்சி உண்டு. லாக்கப்புக்கும், கிளைச் சிறைக்கும் வித்தியாசம் இருக்கிறது. கிளைச் சிறைக்கும் மத்திய சிறைக்கும் வித்தியாசம் இருக்கிறது. லாக்கப், குற்றம் செய்ததாகச் சந்தேகப்படுகிறவர்களை அடைத்து வைக்கிற இடம். கிளைச் சிறை விசாரணைக் கைதிகளை அடைத்து வைக்கிற இடம். ஆனால் மத்தியச் சிறை, தண்டனை பெற்ற கைதிகள், அரசியல் கைதிகள் எனப் பலரும் அங்கம் வகிக்கிற இடம், வேன் நின்றது. ஒவ்வொருவராகக் கீழே இறங்கினோம். ஆட்டு மந்தைகளை ஓட்டிப் போவதுபோல எஸ்.ஐ. எங்களை விரட்டி, சிறைச்சாலையின் வாசலருகே நிறுத்தினார். சுமார் 20 அடி உயரமுள்ள பெரிய கதவு அது. அதற்குள் நம் வீட்டில் இருக்கும் கதவுபோல ஒரு சிறிய கதவு. அதைத் திறந்தார்கள். ஒவ்வொரு வராக உள்ளே நுழைந்தோம்.

ஏட்டு கைதுக்கான உத்தரவை ஜெயிலரிடம் கொடுத்தார். ‘பேண்ட் சட்டையைக் கழட்டிட்டு அந்த மூலையில போயி நில்லுங்கடா எல்லாரும். கழட்றா. ஜட்டியையும்தான், சீக்கிரம், யோவ்! இவனுங்களோட மச்ச அடையாளத்தைப் பாத்துச் சொல்லு.’

‘கழட்றா பேண்ட்ட. இது என்ன வத்திப்பெட்டியா. இதை எல்லாம் உள்ள எடுத்துக்குனு போவக் கூடாது.’

எனக்கு நினைவு தெரிந்து முதன் முறையாக பத்துப் பேருக்கு முன்னால் நிர்வாணமாக நிற்கிறேன். ஒரு சிறைக்காவலர் என் அருகில் வந்தார். என் உடம்பில் மச்ச அடையாளங்களைத் தேடினார்.

‘ஐயா! எழுதிக்கோங்க. வலது தோள் பட்டையில ஒரு மச்சம். அப்புறம் இன்னும் ஒண்ணு டேய்! திரும்புடா. வேற

அடையாளத்தையே காணோமே! நீ பள்ளிக்கூடத்துல படிக்கறப்போ எதுனா அடையாளம் சொல்லி இருக்கியாடா. ஆமா... உன் மூஞ்சியைப் பாத்தா மழைக்குக்கூட பள்ளிக்கூடம் ஒதுங்கின மாதிரியே தெரியலையே! வேற அடையாளத்தையும் காணோம். ஆங்...தோ இருக்குது. இடதுகால் முட்டிக்குக் கீழே ஒரு வெட்டுக்காயம். எழுதிக்கங்க சார்.

டேய்! டேய் இங்கவா! இது என்ன அர்ணா கயிறா? கழட்றா. ரெண்டு பட்டைக்குச் சுத்திக் கயிறை உள்ள எடுத்துக்குனு போறான்.' அதையும் கழற்றிக்கொண்டார்கள். அரைஞாண் கயிறுகூட இல்லாமல்தான் சிறைக்குள் போகவேண்டுமாம்.

'ஏய்! கையெழுத்துப் போட்டியா, அடுத்த ஆள் வாடா. சீக்கிரம் கையெழுத்துப் போடு.' சிறைக்காவலர்கள் எப்போதும் அதட்டலாத்தான் பேசுவார்கள். அதுதான் அவர்களுடைய பலம். அல்லது அப்படி நினைத்துக் கொண்டிருக்கிறார்கள்.

ஒவ்வொருவரையும் நன்றாகப் பரிசோதித்தபின் சிறைக்குள் அனுப்பிக்கொண்டிருந்தார்கள். நானும் நுழைந்தேன். எதிரே கும்மிருட்டு. அந்தப்பக்கம் 40 அடி உயரத்தில் பெரிதாக இரண்டு இரும்புக் கதவுகள். அந்தக் கதவில் ஆள் நுழைகிற மாதிரி ஒரு சிறிய கதவை வைத்திருந்தார்கள். அந்தக் கதவைத் திறந்தார்கள். உள்ளே நுழைந்தோம்.

அந்தப் பக்கம் ஓர் ஆள் நின்றிருந்தார். அவருக்கு நாற்பத்தைந்து வயது இருக்கும். வெள்ளை நிற மேல்சட்டையும் கால் சட்டையும் அணிந்திருந்தார். இடுப்பில் காபிகலர் பெல்ட், தலையில் நேரு அணிந்திருப்பதுபோல குல்லா. பாக்கெட்டில் டிராபிக் போலீஸ்காரர்கள் வைத்திருப்பார்களே, அதுபோல சில்வர் செயின் போட்ட விசில், அவர் மிடுக்காக இருந்தார். குரலும் கணீர் என்று இருந்தது. அவர் ஒரு 'கன்விக்ட் வார்டர்' என்பதைப் பின்னால் தெரிந்துகொண்டேன்,

சிறைக்குள்ளே ஆறு ஆண்டுகளுக்கு மேல் தண்டனைக் கைதிகள் நன்னடத்தை அடிப்படையில் கன்விக்ட் வார்டர்களாக நியமிக்கப்படுவார்கள். கைதிகளை மேய்க்கும் பணி இவர்களுக்குக் கொடுக்கப்படும். இவர்களும் கைதிகள்தான் என்றாலும் ஒருபடி மேலே. இவர்களை இரவில்கூட சிறையில் அடைக்க மாட்டார்கள், இருபத்து நாலு மணி நேரமும் அவர்கள் சிறைக்குள் எங்கு

வேண்டுமானாலும் போகலாம், வரலாம். இவர்கள் பார்க்கிற வேலைக்கு மிகக் குறைந்த தொகையாக ஒரு சம்பளம் கூட உண்டு.

'டேய்! இந்தப்பக்கம் வாடா! நீ என்னா தனி ஆளா, குரூப்பா?'

'குரூப்புங்கய்யா'.

'சரி, சரி. அப்படிப் போங்கதம்பி!' சட்டென்று மரியாதையாகச் சொன்னார் அந்த வார்டர். சிறைக்குள் குழுவாக வருபவர்களைக் கண்டால் கொஞ்சம் பயத்தோடு அணுகுவார்கள். தனி ஆளாக இருந்தால் மிரட்டுவார்கள். உள்ளே நடக்கத் தொடங்கினோம்.

சிறைச்சாலை வேறொரு உலகம். பார்க்கவே மலைப்பாக இருந்தது. உண்மையில் அது நான் கற்பனை செய்திருந்ததற்குச் சம்பந்தமில்லாமல் வேறு மாதிரியாக இருந்தது. அடர்த்தியாக மரங்கள், அமைதி. இரவு நேரம். மணி ஒன்றைத் தாண்டியிருக்கும். ஆனால் கண்ணுக்கெட்டிய தூரம்வரை, இருட்டே தெரியவில்லை. இரும்புக்கோடுகளாகச் சிறைகளின் கம்பிகள். ஆள் அரவம் இல்லாததுபோல் ஒரு சூழல்,

'டேய் யார்ரா அவன்? இவனுங்க எல்லாரையும் குவாரண்டியில கொண்டுபோய் அடைடா' என்று ஒரு குரல் கேட்டது.

குவாரண்டி சுமார் 40 பேர் தங்கக்கூடிய அறை. அதில் கட்டில் மாதிரி பத்து சிமெண்ட் கட்டைகள் போடப்பட்டிருந்தன. அதில் ஏற்கெனவே 10 பேர் (சீனியர்கள்!) இடம் பிடித்திருந்தனர். அதில் எங்கள் குழுவைச் சேர்ந்த ஷாஜகானும் இருந்தார். அவருக்கு வயது நாற்பதுக்கும் மேல் இருக்கும். எங்களைப் பார்த்ததும் ஓடி வந்தார்.

'டேய் ஜோதி, குமாரு! உங்களையும் புடிச்சிட்டாங்களா? எழில் எங்கடா? போலீஸ்ல மாட்டிக்கிட்டாரா என்ன? என்னைய வளைச்சிப் பிடிச்சிட்டாங்கடா. ஒன்றரை நாளு செமத்தியான அடி. உடம்பெல்லாம் வீங்கிப் போச்சு. ரெண்டு பாட்டில் ஐயோடெக்ஸ் தேச்சுக்கிட்டேன். இன்னும் வீக்கம் குறையவே இல்லை' எனப் படபடவெனப் பொறிந்து தள்ளினார். பிறகு 'உங்களையும் போலீஸ்ல அடிச்சாங்களாடா?' என்று அன்பாக விசாரித்தார்.

ஷாஜகானுடன் இருந்த முரளியைப் பார்த்தால்தான் எங்களுக்குக் கவலையாக இருந்தது. முரளி மனநிலை சரியில்லாதவன். அவனையும் விட்டுவைக்கவில்லை போலீஸ். எங்களுக்குத் தொடர்பே இல்லாத இரண்டுபேர் எங்கள் கேஸில் உள்ளே வந்திருந்தார்கள். ஒருவர்

ரயில்வே ஊழியர். மற்றொருவர் விவசாயி. ஆள் கிடைக்காமல் அவர்களையும் எங்கள் வழக்கில் சேர்த்துவிட்டிருந்தனர். கொஞ்ச நேரம் விசாரித்துவிட்டு, ஷாஜகான் தூங்கிவிட்டார். நாங்களும் படுத்தோம். எனக்குத் தூக்கம் வரவே இல்லை. பொதுவாக முதன்முதலாகச் சிறைக்கு வருபவர்களுக்குத் தூக்கம் வராது.

என்னுடன் வந்தவர்களில் சிலருக்கு முன் அனுபவம் இருந்தாலும் அவர்களும் தூங்கவில்லை. நீண்டநாளைக்குப் பின் சிறைக்குத் திரும்ப வந்திருந்தார்கள். தூங்க முடியாததற்கு இன்னொரு காரணம், அருகில் இருந்த மூத்திர கவுல். அதற்குக் கதவுகள் கிடையாது. சிறைக்குள் கதவுகள் இல்லாத கழிப்பறைகள்தான் இருக்கும். கதவு இருந்தால் கைதி தப்பித்து விடுவானாம். இல்லை என்றால் தற்கொலை செய்து கொள்வானாம். அது என்ன கணக்கோ?

கடலூர் சிறை ஆங்கிலேயர் காலத்துச் சிறை. அங்கிருக்கும் கழிப்பறை, நம் வீடுகளில் இருப்பதுபோல இருக்காது. 40 பேர் தங்கி இருந்த அந்த அறையின் ஓர் ஓரத்தில் 2 அடிக்கு 2 அடி அளவில் ஒரே ஒரு சிறிய தடுப்புச்சுவர். அவ்வளவுதான். அதுதான் கழிப்பறை பக்கத்திலே ஒரு 25 லிட்டர் கொள்ளளவு கொண்ட சிமெண்ட் தொட்டியில் தண்ணீர்.

காலையிலும், மாலையிலும் குழாயில் நீர் வரும். அப்போது நிரப்பிக்கொள்ள வேண்டியதுதான். பெரும்பாலும் தொட்டியில் தண்ணீர் காலியாகத்தான் இருக்கும்.

வீட்டு நினைவு என்னைச் சுண்டி இழுத்துக்கொண்டிருந்தது. அப்பா என்ன செய்துகொண்டிருப்பார்? அம்மா தூங்கியிருப்பாரா? அடுத்த நாள் பேப்பரில் நான் கைதான விவரம் வெளியாகுமா? அதைப் பார்த்ததும் துடித்துப் போய்விட மாட்டாரா? அம்மா அழுவார். அம்மா, அப்பா... அதற்குப் பிறகு என்னால் தூங்க முடியவில்லை.

***

2

விழுப்புரத்தில் நடுத்தர வர்க்கத்தைச் சேர்ந்த குடும்பம் எங்களுடையது. அப்ப பெயர் பாண்டுரங்கன். ஆசிரியர். அம்மா சரோஜாவும் ஆசிரியர்தான். என் பெற்றோருக்கு நான் நான்காவது பிள்ளை. எனக்கு முன்னால் பிறந்த ஓர் அண்ணன் இறந்துபோய்விட்டார். பத்தாம் வகுப்பை முடித்துவிட்டு, ஐ.டி.ஐ. படித்தேன். எனக்கும் பிளஸ் டூ படிக்கவேண்டும், கல்லூரியில் படிக்கவேண்டும் என்றெல்லாம் ஆசை இருந்தது. ஆனால், குடும்பநிலை தொழிற்கல்வி படிக்கத்தான் அனுமதித்தது. நானும் வேலைக்குச் சென்றால், குடும்பப் பொருளாதாரம் கொஞ்சமாவது உயருமே என்று நினைத்தார் அப்பா. நானும் என் இரண்டு அண்ணன்களும் ஐ.டி.ஐ.தான் படித்தோம். இரண்டாவது அண்ணன் ஐ.டி.ஐ.படிப்பை முடித்துவிட்டு, அரசு போக்குவரத்துக் கழகத்தில் வேலைக்குச் சேர்ந்தார்.

அந்த அண்ணனைப் போலவே எங்களுக்கும் வேலை கிடைத்துவிடும் என்ற நம்பிக்கையில் இருந்தார் அப்பா. வீட்டில் பெண் பிள்ளைகள் இல்லாத குறை அம்மாவுக்கு. அதனாலே எங்களுக்கு பத்து, லட்சுமி, ஜோதி என பெண் பெயர்களை வைத்து அழகுபார்த்தார்.

ஐ.டி.ஐ. படித்து முடித்துத் திரும்பிப் பார்த்தபோது, என் வாழ்க்கை வேறொரு திசையில் பயணம் செய்து கொண்டிருந்தது. தேவையில்லாத சகவாசம், வன்முறை மீது எனக்கு இருந்த காதல் எல்லாம் சேர்த்து என்னை எழிலிடம் போய்த் தள்ளியிருந்தது.

எழில், ரௌடி, தாதா, பொறுக்கி, கேங்லீடர், டான் என்றெல்லாம் பேசப்பட்டவர். ரௌடி என்றால் முறுக்கு மீசை, தடிமனான கை கால்கள், ஆறடி உயரம், கழுத்தை மறைத்த செயின், முரட்டுகுணம்... இப்படித்தானே சினிமாவில் பார்த்திருக்கிறோம். உண்மையில் எழில் அப்படி இருக்க மாட்டார். அரும்பு மீசை, ஐந்தடி உயரம், சாதாரண உடல்வாகு. பசி என்று யார் வந்தாலும் தாய்மையுடன் உபசரித்து அனுப்பும் குணம் அவருக்கு இருந்தது.

யார் எந்தப் பிரச்னையை எடுத்துக் கொண்டு அவரிடம் வந்தாலும் தீர்த்து வைப்பார். இந்த குணங்கள்தான் என்னை எழிலுடன் இணைத்துவைத்தன. எழில், ஏற்கெனவே ஒரு கொலையில், குற்றம் சுமத்தப்பட்டு ஆயுள்தண்டனை பெற்றவர். மேல்முறையீட்டு ஜாமீனில் வெளியே இருப்பவர். விழுப்புரத்தில் இருக்கும் அரசியல் கட்சி ஒன்றின் முக்கியப் பிரமுகர். அந்த மாவட்டத்தில் அவரைத் தெரியாதவர்கள் யாரும் இருக்க முடியாது. நகரத்தின் முக்கியப் பகுதியில் அவருக்கு சாராயக்கடை இருந்தது. சாராயக்கடையில் மட்டும் குறைந்தது 100 பேராவது வேலை செய்வார்கள்.

பொதுவாக எல்லா ரௌடிகளும் தாங்கள் மட்டும் நல்ல உடம்போடு, கட்டுமஸ்தாக இருக்கவேண்டும் என்று நினைப் பார்கள். ஆனால் எழில் அப்படிப்பட்டவர் அல்ல. எல்லோருமே நல்ல ஆரோக்கியத்தோடும் கச்சிதமான உடம்போடும் இருக்க வேண்டும் என்று விரும்புகிறவர். அந்தக் காரணத்துக்காகவே நீண்ட காலமாக உடற்பயிற்சி நிலையம் வைத்து நடத்தி வருபவர்.

அவருடைய உடற்பயிற்சி நிலையம் எப்போதும் கலகலப்பாக இருக்கும். யாருக்கு என்ன தேவை என்பதை உணர்ந்து அதைத் தீர்த்து வைக்கும் மனோபாவம் கொண்டவர். எழிலிடம் எத்தனையோ பேர் இருந்தார்கள். அவர்களில் கிருஷ்ணமூர்த்தி, வெத்தலைமுருகன், பழனி இவர்கள்தான் எனக்கு முக்கியமான நண்பர்கள், வயதில் சிறியவனாக இருந்தாலும் நான் சொல்கிற யோசனைகளைக் காதுகொடுத்துக் கேட்பார்கள். கிருஷ்ண மூர்த்தி எனக்கு நண்பன் மட்டுமல்ல. அப்பா, அம்மா, மாமனாக எனக்குள்ளே சேர்ந்துவிட்டவன். அவனுக்கு அப்பா, அம்மா இல்லை. எழில் குடும்பத்தில் தன்னை இணைத்துக்கொண்டு வாழ்ந்து வருபவன்.

நான் உடற்பயிற்சி நிலையத்திலேயே பழியாகக் கிடப்பேன், கிருஷ்ணமூர்த்தியின் சட்டை பேண்ட்களைத்தான் எப்போதும் அணிந்திருப்பேன். பொறுப்பாகத் துவைத்து, பெட்டிபோட்டு வைத்திருப்பான். அதை எடுத்து நான் போட்டுக் கொண்டு வெளியே சென்றுவிடுவேன்.

வெத்தலை முருகன். என்னுடைய முக்கியத் தோழன். என் செலவுக்கு அப்பப்போ பணம் கொடுப்பது எழிலுக்கு அடுத்து அவன்தான். வெத்தலை முருகனுக்கு (அந்தச் சின்ன வயதில்) எழிலுக்கே தெரியாமல் நான்தான் திருமணம் செய்து வைத்தேன்.

அது காதல் திருமணம். முருகன் சாராயக்கடையை மிகவும் பொறுப்பாக நடத்திவந்தான். சாராய வழக்கில் அடிக்கடி சிறைக்குப் போய் வருவான். இரவு நேரங்களில் அவனோடு குடித்துவிட்டு, புகை பிடித்துக்கொண்டு ஆடிப்பாடுவேன். அது ஒரு பசுமையான காலம்.

எல்லோரையும் போல அந்தக் குழுவில் எனக்கும் ஒரு வேலை இருந்தது. கணக்கைச் சரி பார்க்கும் வேலை. பொதுவாக நான் என் வீட்டுக்குப் போவதில்லை. எழிலின் அந்த உடற்பயிற்சிக் கூடம்தான் எனக்கு எல்லாம். ஒரு மாதம் அல்லது இரு மாதங்களுக்கு ஒரு முறை வீட்டுக்குப் போவேன். அப்பாவை பார்ப்பேன். அவர் வெறுப்போடு முகத்தைத் திருப்பிக் கொள்வார். அம்மாவிடம் கொஞ்சநேரம் பேசுவேன். உடனே திரும்பிவிடுவேன். என்னை எப்படி எல்லாம் பார்க்கக்கூடாதோ, அப்படி எல்லாம் பார்த்தார்கள் என் பெற்றோரும் உறவினர்களும். அப்படி அந்த உடற்பயிற்சி நிலையத்தில் ஒவ்வொரு நாளும் ஒவ்வொரு விதமான பஞ்சாயத்து நடக்கும். ஒருபக்கம் சாராய வியாபாரம். ஒருபக்கம் பஞ்சாயத்து. அடிதடி, ஆர்ப்பாட்டம், அட்டகாசம். எனக்கு மிக உற்சாகமாக வாழ்க்கை ஓடிக்கொண்டிருந்தது.

என்னுடன் சிறையில் இருந்தவர்கள் எல்லோரும் உறங்கிக் கொண்டிருந்தார்கள். எனக்கு கிருஷ்ணமூர்த்தியும் முருகனும் எங்கே இருப்பார்களோ என்ற யோசனை வந்தது. போலீஸிடம் மாட்டிக் கொண்டிருப்பார்களோ? ரொம்ப நேரம் புரண்டு புரண்டு படுத்துக்கொண்டிருந்தேன். எப்போது அயர்ந்து உறங்கினேன் என்று தெரியவில்லை. ஓர் அதட்டல் சத்தம் கேட்டு எழுந்து உட்கார்ந்தேன். விடிந்திருந்தது.

‘யார்ரா அது எத்திரி. எல்லாரும் எந்திரிச்சு வரிசையா உட்காரு. கவுண்ட் பண்ணனும். டூட்டி மாத்தணும், அடுத்த ஆள் வந்தாச்சு’ இரவில் இருந்த சிறைக்காவலர் எங்களைப் பார்த்து கத்திக் கொண்டிருந்தார்.

வரிசையாக அமர்ந்தோம். மந்தையில் இருக்கும் ஆடுகளை எண்ணிச் சரி பார்ப்பதுபோல எண்ணினார்கள்.

‘சரியா இருக்கா பாத்துக்கோ. நேத்து ராத்திரி நியூ அட்மிஷன் ஒன்பது பேர் பாத்தா பழைய கோஷ்டி மாதிரி தெரியல, என்ன

ஏதுன்னு விசாரிச்சுக்கோ' என்று சொல்லிக்கொண்டிருந்தார், இரவில் இருந்த பழைய சிறைக்காவலர்.

ஒவ்வொரு நாளும் மாலை 6.00 மணிக்குச் சிறைக்கைதிகளை எண்ணி சிறையில் அடைப்பார்கள். அதேபோல, காலையில் 6.00 மணிக்கு எண்ணிக்கை சரிபார்த்துதான் சிறைக் கதவுகளைத் திறந்துவிடுவார்கள்.

அந்த அறையிலிருந்த பாதிக்கும் மேற்பட்டவர்கள் அறைக் கதவைத் திறந்தவுடன் வெளியே வந்து, அருகிலிருந்த வேப்ப மரத்தில் குச்சியை உடைத்து பல் துலக்க ஆரம்பித்தனர். ஏற்கெனவே வந்த அனுபவம். அவர்களைப் பார்த்துப் புதிதாக வந்தவர்களும் வேப்பங்குச்சியை உடைத்துப் பல் துலக்க ஆரம்பித்தார்கள். எனக்கு வெளிச்சத்தில் சிறையைப் பார்ப்பதற்கு என்னவோபோல இருந்தது.

திடீரென மணி அடிக்கும் சத்தம் கேட்டது. கீழே உட்கார்ந்திருந்த ஷாஜகான், 'அப்பா மணி ஏழாயிடுச்சா, கஞ்சி ஊத்தப் போறாங்க. சீக்கிரம் வாங்க, அப்புறம் கஞ்சி கிடைக்காது' என்றபடி எழுந்தார். (இதைத்தான் மணி அடிச்சா சோறு என்கிறார்களோ). சிறையில் ஒரு மணி நேரத்துக்கு ஒரு முறை மணி அடிப்பார்கள். கடிகாரம் கிடையாது. எத்தனை மணி அடிக்கிறார்கள் என்பதை எண்ணி, நேரத்தைக் கணக்கிட்டுக் கொள்ள வேண்டியதுதான்,

என்னைப் போலப் புதிதாக வந்தவர்களுக்குப் பசியே இல்லை. அப்படியே பசித்தாலும், கஞ்சி வாங்கத் தட்டில்லை. நாற்பது பேர் இருக்கும் அறையில் முப்பது அலுமினியத்தட்டுகள்தான் இருந்தன. யாராவது சாப்பிட்ட பிறகு அந்தத் தட்டை வாங்கி, கழுவிவிட்டுத்தான் சாப்பிடவேண்டும்.

இருந்தாலும், படபடப்புடன் ஆளுக்கொரு தட்டை எடுத்தோம். விருப்பமில்லாமல் நானும் வரிசையில் நின்றேன். கஞ்சி ஊற்றினார்கள். ஒரு ஆளுக்கு அரை லிட்டர் என்று கணக்கு.

சிறைக்கு வெளியே இருக்கும்போது ஒன்பது மணிக்கு தினமும் சாப்பிட்டுப் பழகியவர்களுக்கு, காலை ஏழுமணிக்குச் சாப்பிடுவது கொஞ்சம் சிரமம்தான். இட்லி, தோசை, பூரி சாப்பிட்டவர்கள் புழு பூத்த கஞ்சி குடிப்பது கொடுமையிலும் கொடுமைதான். சிறைக்கஞ்சியில் புழு செத்துக்கிடப்பதென்பது சர்வ சாதாரணம். காய்ந்த மிளகாயை புளியுடன் அரைத்து, உப்புப்

போட்டு, குழம்புபோல ஒன்றைத் தயாரித்து வைத்திருப்பார்கள். அதை இந்த கஞ்சியின் மேல் ஊற்றுவார்கள். தியாகம் செய்து சிறைக்கு வந்தாலும் சரி. திருடிவிட்டு சிறைக்கு வந்தாலும் சரி. காலையில் கஞ்சி எல்லோருக்கும் பொதுவானது. இப்படித்தான் இருக்கும். நாங்கள் ஒரு வழியாகக் கஞ்சி வாங்கினோம். என்னால் கஞ்சியைக் குடிக்கவே முடியவில்லை. கொஞ்சம் சாப்பிட்டுவிட்டு ஷாஜகானிடம் நீட்டினேன்.

'குடி ஜோதி! இதோட 12 மணிக்குத்தான் சோறுவரும். அது வரைக்கும் பசி தாங்க முடியாது. கண்ண மூடிக்கினு குடிச்சிடு. போகப்போகப் பழகிடும். அப்புறம் வயிறுன்னு ஒண்ணு இருக்கில்ல?' என்றார். ஒரு வழியாகக் கஞ்சியைக் குடித்து முடித்தோம்.

ஒரு சிறைக்காவலரும் சில வார்டர்களும் எங்களிடம் வந்தார்கள்.

'நேத்து வந்த ஆளுங்கெல்லாம் வாங்கப்பா. மெடிக்கல் செக்கப் புக்குப் போகணும்' என்றார் சிறைக்காவலர். எங்களுடைய பெயர்களைப் பதிவேட்டில் குறித்துக் கொண்டார். பிறகு, குவாரண்டியில் இருந்து நாங்கள் சிறையின் வேறொரு பகுதிக்கு அழைத்துச் செல்லப்பட்டோம். சுமார் 1 கிலோமீட்டர் தூரத்தில் இருந்தது. மருத்துவமனை, சிறை மருத்துவர் யாரோ ஒரு கைதிக்கு மருந்து எழுதிக் கொடுத்துக் கொண்டிருந்தார்.

எங்களை அழைத்து வந்த கன்விக்ட் வார்டர் 'சார்! புது அட்மிஷன். மெடிக்கல் ரிப்போர்ட்டுக்காக வந்திருக்காங்க.' என்றார். அந்த மருத்துவருக்கு சுமார் 40 வயதிருக்கும். எங்களை அசுவாரஸ்யமாகப் பார்த்தார்.

'எல்லாரையும் சட்டையைக் கழட்டச் சொல்லுப்பா!' என்றார். நாங்கள் சட்டையைக் கழற்றிவிட்டு வரிசையாக நின்றோம். மருத்துவர் யாரையும் தொட்டுக்கூடப் பார்க்கவில்லை. ஒருமுறை மேலும் கீழும் பார்த்தார். அவ்வளவுதான்.

'சரி போங்க!' என்றார். நாங்கள் சட்டைகளைப் போட்டுக் கொண்டு திரும்பி நடக்க ஆரம்பித்தோம். குமாரால் சட்டையைப் போட முடியவில்லை. காவல் நிலையத்தில் அடித்த அடியில், முதுகில் அடிப்பட்டு ரத்தம் கசிந்துக்கொண்டிருந்தது. அதை கவனித்துவிட்டார் அந்த மருத்துவர்.

‘யேய்! யாருப்பா அது? இங்க வா! ஏம்ப்பா வார்டர்! இவனுக்கு முதுகுல ரத்தம் வருதே! இங்க வரச்சொல்லுங்க. இந்தக் காயம் எப்பிடி ஆச்சு? நேத்து உள்ள வந்தப்போ காயம் இருந்ததை நோட்டுல குறிச்சு வச்சிருக்கீங்களா பாருங்க’ என்றார்.

உடனே எங்களை அழைத்துப் போயிருந்த கன்விக்ட் வார்டர், ‘அது ஒண்ணுமில்ல சார். இவனுங்க ரௌடிப்பசங்க. அடிச்சிக் கிட்டதுல காயம்பட்டிருக்கு. நேத்து சரண்டர் பண்ணினப்போ நம்ம ஆளுங்க சொல்லித்தான் வுட்டுட்டு போனாங்க’ என்றார் இயல்பாக.

அதற்குப் பிறகுதான் சமாதானம் ஆனார் அந்த மருத்துவர். கைதிகளுக்குக் காயம் ஏற்பட்டால் சரியான காரணம் குறிப்பிடப்படவேண்டும். இல்லையென்றால் அது பெரிய பிரச்னையாகிவிடும்.

நாங்கள் திரும்பி நடந்தோம். நான் சுற்றிச் சுற்றி பார்த்துக் கொண்டே நடந்தேன். புதிதாகத் துவைத்து, அயர்ன் செய்த வெள்ளை நிறச் சட்டையும் கால்சட்டையுமாகக் கைதிகள் உலவிக் கொண்டிருந்தார்கள். அது ஒரு பெருங்கூட்டம. சுமார் 600 பேருக்கும் மேல் இருப்பார்கள். தனியார் மருத்துவமனை கம்பவுண்டர்களைப்போல இருந்தது அவர்கள் அணிந்திருந்த ஆடை. விறு விறுப்பாக அங்கும் இங்கும் செல்வதுமாகச் சிலர், உட்கார்ந்திருந்ததுமாக சிலர், படித்துக்கொண்டும், தாயம் விளையாடிக் கொண்டும் சிலர். எனக்குப் புது உலகத்தைப் பார்ப்பதுபோல இருந்தது.

ஷாஜகானிடம் கேட்டேன். ‘அண்ணே! இவங்கல்லாம் வேற மாதிரி இருக்காங்களே, யாருங்கண்ணே இவங்க?’

‘இவங்கல்லாம் தண்டனை பெற்ற கைதிங்க.’

‘தண்டனைன்னா?’

‘நாமல்லாம் விசாரணைக் கைதிங்க. கோர்ட்டுல இனிமே விசாரணை நடந்து முடிஞ்சப்புறம்தான் நமக்குத் தண்டனை கிடைக்கும். இவங்களுக்கெல்லாம் தண்டனை கிடைச்சிடுச்சு. 7 வருஷம், 10 வருஷம், ஆயுள் தண்டனை அப்பிடின்னு பல தண்டனைகள் பெற்ற கைதிங்க இவங்க.’

அவர்கள் அனைவரும் சீருடை அணிந்த கான்வென்ட் பள்ளி, மாணவர்களைப்போல இயங்கிக்கொண்டிருந்தார்கள். போலீஸ்காரர்களைப்போலத் தலைமுடியை வெட்டியிருந்தார்கள்.

கடலூர் மத்தியச் சிறையில் எட்டு பிளாக்குகள் இருந்தன. எட்டு பிளாக்குகளில் இரண்டு சிறப்புத் தொகுதிகள். பிரேமானந்தா, ஜான்டேவிட் போன்ற முக்கியக் குற்றவாளிகளுக்காக ரிசர்வ் செய்து வைத்ததுபோல, ஒரு ஸ்பெஷல் பிளாக். தீவிரவாதிகள், நக்ஸலைட்டுகள் என முக்கியத்துவம் வாய்ந்த கைதிகளுக்காக இன்னொரு ஸ்பெஷல் பிளாக். இதற்கு ஏழடுக்குப் பாதுகாப்பு போட்டிருப்பார்கள். சிறையில் இருக்கும் மற்ற கைதிகளேகூட இவர்களை எளிதாகச் சந்திக்க முடியாது. நாங்கள் விசாரணைக் கைதிகளுக்கான 'அனெக்ஸ்' என்று அழைக்கப்படும் பிளாக்கில் இருந்தோம்.

ஒரே வழக்குக்காகச் சிறை சென்ற எங்களை இரண்டு மூன்று பேராகப் பிரித்து, வெவ்வேறு வழக்கில் கைது செய்யப்பட்டவர்களுடன் இணைத்துவிட்டார்கள். ஒரே வழக்கில் கைதானவர்கள் ஒன்றாக இருந்தால் சிறைக்குள்ளே சண்டை வந்தால் குழுவாகக் கூடிவிடுவார்கள் என்று நினைத்தது சிறை நிர்வாகம். அதனால் எங்களைத் தனியாகப் பிரித்தெடுத்து, வெவ்வேறு பிளாக்கு களில் அடைத்தனர். நாங்கள் அனெக்ஸுக்கு வந்தபோது, மணி அடித்தது. 'எல்லாரும் வாங்கப்பா. மணி பன்னண்டு அடிச்சிடுச்சி. சோறுபடி போடற நேரம். சீக்கிரம்வாங்க' என்றார் ஷாஜகான்.

'நமக்குத் தட்டு வந்திருக்கான்னு பாக்கணும்' எனக் கூறிக்கொண்டே அனெக்ஸுக்குள் நாங்கள் இருந்த பகுதிக்குள் போனார் ஷாஜகான். அவர் வெளியே வந்தபோது அவருடைய கையில் பத்து அலுமினியத் தட்டுகள் இருந்தன. 'ஜோதி! நீ போய் கியூவுல நில்லு. நான் தட்டை கழுவிட்டு வரேன்' என்று குழாய்ப்பக்கமாக விரைந்தார் ஷாஜகான். நாங்கள் வரிசையில் நின்றோம்.

இரண்டுபேர் ஒரு கட்டிலில் வைத்து, ஆவிபறக்கும் ஓர் அலுமினிய டிரம்மைக் கொண்டுவந்தார்கள். அந்த டிரம்மைப் போர்த்தியிருந்த துணியை விலக்கினார்கள். உள்ளே வட்ட வட்டமாகச் சோறு அடுக்கி வைக்கப்பட்டிருப்பது தெரிந்தது. அந்த வட்டச் சோற்றைத்தான் 'படி' என்று சொன்னார்கள். ஒரு ஆளுக்கு ஒரு படி. தவறி கீழே விழுந்தால்கூட அந்தப் படி சிதறாது.

அப்படி அரைக்கஞ்சியுடன் வடித்து, வட்டாவில் நிரப்பி, அடைத்து வைத்திருந்த சோறு அது. தினமும் மதிய உணவு இந்தப் 'படி'தான். சோறு போட்டுக்கொண்டிருந்த ஒரு கைதி, 'வாங்காதவங்கல்லாம் வந்து படி வாங்கிக்கோங்க' என்று குரல் கொடுத்தார்.

சாம்பார் என்று சொல்லப்பட்ட அந்தத் திரவத்தை, படி சோறில் ஊற்றிக்கொண்டு சாப்பிட வாயில் வைத்தேன். சாப்பிட முடிய வில்லை. எந்த ருசியும் இல்லாமல், மண்ணைத் தின்றதைப் போல இருந்தது.

'ரசம் வேணுன்றவங்க வந்து வாங்கிக்கோங்கோ' என்றார், ரசம் ஊற்றிக்கொண்டிருந்த மற்றொரு தண்டனை கைதி.

போதும் சாம்பார், ரசமாவது ஊற்றிச் சாப்பிடலாம் என்று தட்டை நீட்டி, ரசத்தை வாங்கிச் சாப்பிட்டேன். சாம்பாரைவிட மோசமாக இருந்தது ரசம். புதிதாக வந்திருந்த நாங்கள் மட்டும்தான் சாப்பிடப் பிடிக்காமல் முகத்தைச் சுளித்துக்கொண்டிருந்தோம். ஆனால், ஏற்கெனவே இருந்த மற்றவர்கள், சிறை உணவை முழுதாக உண்டு முடித்தார்கள்.

நான் சாப்பிட முடியாமல், உணவைக் கீழே கொட்டிவிடலாம் என நினைத்துக் கொண்டிருந்தபோது, அருகில் வந்து நின்றார் ஓர் இளைஞர். அவருக்கு சுமார் 25 வயது இருக்கும்.

'என்னண்ணா சோறு பிடிக்கலையா? கீழே கொட்டிடாதே. எங்கிட்ட குடு' என்று சொல்லித் தன் தட்டை நீட்டினார். நான் என் சோற்றுத்தட்டிலிருந்த சோற்றை அவருடைய தட்டில் போட்டேன். அந்த இளைஞர் வேக வேகமாக அந்தச் சோற்றைப் பிசைந்து சாப்பிட ஆரம்பித்தார்.

நான் என் பிளாக்குக்குத் திரும்பி, தட்டைக் கழுவி தலைமாட்டில் வைத்துக்கொண்டு படுத்துக்கிடந்தேன்.

என் சகாக்கள் பல கதைகளைப் பேசிக்கொண்டிருந்தார்கள். கைதாவதற்குமுன் தங்கியிருந்த இடம், போலீஸில் மாட்டிய கதை என ஏதேதோ பேசிக்கொண்டிருந்தார்கள். எனக்கு மனம் கிடந்து அலைபாய்ந்து கொண்டிருந்தது. இன்னும் எத்தனை நாள் இந்தச் சிறையில் இருக்க வேண்டும்? இந்த உணவைத் தொடர்ந்து சாப்பிட முடியுமா? அப்படியே கண்ணயர்ந்து தூங்கிவிட்டேன்.

எவ்வளவு நேரம் தூங்கியிருப்பேன் என்று தெரியவில்லை. வீட்டில் அம்மா சாப்பாட்டை உருண்டையாக உருட்டி உருட்டிக் கொடுக்க

சாப்பிட்டுக் கொண்டிருக்கிறேன். அப்பா, கரண்ட் போனதற்காகத் திட்டியபடி, எனக்கு விசிறி விடுகிறார். உடற்பயிற்சி நிலையத்தில் எழில் அண்ணனுக்கு முன்பாக நின்றுகொண்டிருக்கிறேன். அவர் இரண்டு நூறு ரூபாய் நோட்டுக் கட்டுகளை எடுத்து என்னிடம் கொடுக்கிறார். திடீரென்று சாப்பாடு வாங்க நான் சிறைச்சாலையில் கியூவில் நிற்கிறேன். ஓர் இளைஞன் தட்டை நீட்டி, 'என்ன சோறு பிடிக்கலையா? எனக்குப் போடுண்ணா!' என்று சொல்லி அசிங்கமாகச் சிரிக்கிறான். இப்படி ஏதேதோ நினைவுகள்...

ஷாஜகானின் குரல் கேட்டு திடுக்கிட்டுக் கண் விழித்தேன். 'டேய் குமாரு, வெங்கடேசா! எந்திரிங்கடா, டீ சாப்பிடலாம்' என்றார் ஷாஜகான். எனக்கு ஷாஜகான் ஏதோ கிண்டல் செய்கிறார் என்று தோன்றியது. 'என்ன சொல்றீங்க பாய்? இங்க டீ எல்லாம்கூடக் கிடைக்குமா என்ன?' 'ஆமா ஜோதி. டீ, வடை, பீடி, சிகரெட், சோப்புன்னு ஜெயிலுக்குள்ள எல்லாம் கிடைக்கும். ஆனா விலைதான் கொஞ்சம் ஜாஸ்தி. டீ சாப்பிடறதுக்கு என்கிட்ட காசு இருக்கு. வாங்க எல்லோரும் போய் டீ சாப்பிடலாம்' என்றார் ஷாஜகான்.

ஆயுள் தண்டனைக் கைதி ஒருவரின் அறையில் டீ விற்றுக் கொண்டிருந்தார்கள். ஆயுள் தண்டனைக் கைதிகளில் சிலர், சிறைக்குள் இதுபோன்ற பொருள்களை விற்று, அதில் கிடைக்கிற பணத்தை வீட்டுக்குக் கொடுத்து அனுப்புவார்களாம். சிறையில் கழித்த முதல் நாள் எனக்கு விதவிதமான அனுபவங்கள். அது என்ன, இது ஏன் இப்படி, போன்ற கேள்விகளிலும் பிரமிப்பிலுமே ஒரு நாள் முடிந்து போனது தெரிய வில்லை.

'லாக்கப் டைம் ஆயிடுச்சு. நம்ம ரூமுக்குப் போகலாம் வாங்க, வாங்க!' என்று அவசரப்படுத்திக்கொண்டிருந்தார் ஷாஜகான். இரவு 'படி' போடுகிற நேரம் நெருங்கிக்கொண்டிருந்ததுதான் அவருடைய அவசரத்துக்குக் காரணம்.

இரவு உணவை சிறைக்குள் அடைப்பதற்கு முன்பாக, மாலை 5.30 மணிக்கெல்லாம் கொடுத்துவிடுவார்கள். சிறையில் அளவு சாப்பாடுதான். அளவுக்கதிகமாகக் கேட்டால் கிடைக்காது. மதியம் என்ன உணவு போட்டார்களோ அதையேதான் இரவும் பரிமாறினார்கள். சாப்பிட்டு முடித்த கொஞ்ச நேரத்துக்கெல்லாம் ஒரு சிறைக் காவலர் வந்தார். 'எல்லாரும் வரிசையா உட்காருங்க. கவுண்ட் பண்ணனும்' என்றார். எண்ணி முடித்ததும் எல்லாக்

கைதிகளையும் நான்கு, ஐந்து பேராகச் சிறைக்குள் வைத்துப் பூட்டினார்கள்.

மாலை நேரம். மணி ஆறுதான் இருக்கும். ஆனால் சிறைக் கூடாரமே மயான அமைதியில் இருந்தது. எறும்பு நடந்தால் கேட்கிற மாதிரியான அமைதி. இந்த அமைதியைத்தான் எந்தக் கைதியாலும் தாங்கிக்கொள்ள முடியாது. இனி அதிகாலை ஆறு மணி வரைக்கும் கம்பிகளுக்குள் உட்கார்ந்துகொண்டு இருக்க வேண்டியதுதான். பன்னிரெண்டு மணிநேரம் எந்த வேலையும் செய்யாமல், யாரோடும் பேசாமல் பூட்டிய சிறிய அறைக்குள் உட்கார்ந்திருப்பதுபோலக் கொடுமை வேறு எதுவும் இல்லை. அந்த நேரத்தில்தான் வீட்டைப் பற்றிய எண்ணத்தை யாராலும் தவிர்க்க முடியாது.

பேசுவதற்காக எழுந்த ஒன்றிரண்டு குரல்கள்கூட, தரையில் தட்டப்பட்ட லத்திகளின் ஓசையில் அமுங்கிப் போயின. அவ்வப்போது பீடிப்புகை மட்டும் சுழன்று சுழன்று வந்து கத்தில் மோதிவிட்டுப் போனது. இரவு எட்டு மணியிருக்கும். எங்கிருந்தோ ஒரு பாட்டு காற்றில் மிதந்து வந்தது. சிறிது கானாபாட்டு, காதல், சோகம், உருக்கம் எல்லாம் அந்தப் பாட்டில் இருந்தது. எவ்வளவு நேரம் அந்தப் பாட்டில் மூழ்கினேன் என்று எனக்குத் தெரியவில்லை. அசந்து உறங்கிப் போனேன். இடையில் கன்விக்கட்வார்ட்டரின் லத்தி ஓசை கேட்டு விழிப்பு வந்தது. புரண்டு புரண்டு படுத்துக் கொண்டிருந்தேன். மறுபடியும் தூங்கிப் போனேன்.

***

3

நான் கண்விழித்தபோது ஒரு அதட்டல் குரல் கேட்டது.

'ஏய் யார்ரா அது? இங்க வா. அந்தத் துடைப்பத்த எடுடா. என்னமோ மினிஸ்டர் மாதிரி நிக்கிறே? வயிறு நிறைய கஞ்சி குடிச்ச இல்லை? இங்க இருக்குற குப்பையைக் கூட்டு. ஜெயிலர் வர்ற நேரமாயிடுச்சி' என்றார் ஒரு வார்டர், கைதியிடம்.

புதிதாகக் கைதானவர்களில் வசதி இல்லாத ஏப்ப சாப்பைகள் இருந்தால், அவர்கள் ஏவப்படுகிற எல்லா வேலைகளையும் செய்தாகவேண்டும். இது எழுதப்படாத சிறை விதி.

'டேய் குமாரு, நாலாவது பிளாக்குக்குப் போய் ராஜேஷ்கிட்ட வார்டன் கேட்டாருன்னு ஒரு ஃபில்டர் சிகரெட் வாங்கிட்டு வா' என்பார்கள். செய்துதான் ஆகவேண்டும்.

சிறைச்சாலை சுறுசுறுப்பாகத்தான் இயங்கிக் கொண்டிருந்தது. எங்கள் பகுதிக்கு வெளியே ஒருவர், அலுமினியப்பாத்திரத்தில் ஏதோ வைத்திருக்க அவரைச்சுற்றி நிறைய கைதிகள் உட்கார்ந்து இருந்தனர். நான் எட்டிப் பார்த்தேன். டீ. ஆயுள் தண்டனைக் கைதிகளின் சிறையிலிருந்து அந்தக் காலை நேரத்தில் டீ வாசலுக்கே வந்திருந்தது. 3 பேர் மட்டும் டீ குடித்துக் கொண்டிருக்க, மற்றவர்கள் கிளாஸ் இல்லாமல் உட்கார்ந்திருந்தனர். சிறையில் நிறைய பாத்திரங்களை வைத்திருக்க முடியாது. அதனால்தான் கிளாஸ் பற்றாக்குறை.

சிவா, ஒரு வெடிகுண்டு வழக்கில் கைதாகியிருந்தவர். முதல் நாள் இரவு அவரோடு பேசியதில் எனக்கும் அவருக்கும் கொஞ்சம் பழக்கமாகியிருந்தது. 'டீ போடுறதுக்குப் பால் எப்பிடிங்க கிடைக்கும்?' என்று அவரிடம் கேட்டேன்.

'அது ஒண்ணும் பெரிய விஷயமில்லப்பா. ஆயுள் கைதிகளை மனுப்போட்டு, பாக்க வராங்க இல்ல? அவங்க பால் பவுடர் பாக்கெட்டை வாங்கிட்டு வந்து குடுத்துடுவாங்க. அந்தப் பவுடரை

அவங்க உள்ளே அடுப்பு மூட்டி, சாப்பிடற தட்டுலயோ, அவங்களுக்குக் கொடுத்திருக்கிற சொம்புலயோ டீயாப் போட்டு விப்பாங்க. இதெல்லாம் ஜெயில்ல சாதாரணம்ப்பா' என்றார் சிவா.

'சரி. சக்கரை, டீத்தூளுக்கு எங்க போவாங்க?'

'அதுவா? அதெல்லாம் தின்பண்டம் கொடுக்கற மாதிரி பையில போட்டு உள்ளே அனுப்பிடுவாங்க.'

'யாராவது செக் பண்ணினா யாரும் பிடிச்சிட மாட்டாங்களா?' 'அதுக்கெல்லாம் பணம் கொடுத்துடுவாங்க ஜோதி.'

'பணமா? யாருக்கு?'

'ஜெயில்ல இருக்குற எல்லா அதிகாரிகளுக்கும்தான் பணம் போவுது' என்றார் சிவா சர்வ சாதாரணமாக.

சிவாவுக்கு எங்கள் ஊருக்குப் பக்கத்து ஊர். எங்களைப் பற்றி ஏற்கெனவே ஓரளவு தெரிந்துவைத்திருந்ததால் இயல்பாக என்னிடம் பழக ஆரம்பித்திருந்தார். அவர் மீது ஏற்கெனவே ஒரு கொலை வழக்கும் வழிபறி செய்ததாகப் பல வழக்குகளும்.

மிசாவில் ஒரு வழக்கும் இருந்தன. கடைசியாக வெடிகுண்டு வீசியதாக வழக்கைப் போலியாகப் போட்டு, அவரை உள்ளே தள்ளியிருந்தது காவல்துறை. அவர் பி.ஏ. பட்டதாரி. நிறைய புத்தகங்கள் அவர் அறையில் இருந்தன.

எல்லோரும் டீ குடித்து முடித்ததும் நானும் சிவாவும் ஆளுக்கொரு டீ குடித்தோம். சிவா டீக்கான காசை எடுத்து நீட்டினார்.

'வேணாம் சிவா காசு வையி தினமுமா உன்னையப் பாக்கறதுக்கு ஆளு வராங்க? அப்பிடியே வந்தாலும் நூறு, ஐம்பது குடுத்துட்டுப் போறாங்களா?' என்றார், டீ விற்றுக் கொண்டிருந்த அந்த ஆயுள் தண்டனைக் கைதி.

சிவாவை யாரும் அதிகமாகப் பார்க்க வருவதில்லை என்பது பிறகு எனக்குத் தெரிந்தது. மாதத்துக்குப் பத்து நாள் சிவாவைத் தேடி வீட்டுக்கு போலீஸ் வருமாம். சிவா இல்லையென்றால் வீட்டில் இருப்பவர்களை போலீஸ்காரர்கள் இழுத்துப் போவார்களாம். அடியும், உதையும், சித்திரவதையும் பட்டதில் குடும்பத்தில் இருந்த எல்லோருக்குமே சிவா மீது தீராத வெறுப்பு ஏற்பட்டிருக்கிறது. ஒரு பி.ஏ. பட்டதாரிப் பிள்ளை அடிதடியிலும் கட்டப் பஞ்சாயத்திலும் இறங்கி, அடிக்கடி சிறைக்குச் சென்றால் யாருக்குத்தான் பிடிக்கும்?

முதல் நாளைவிட அன்றைக்குப் பசி அதிகமாக இருந்தது. அலுமினியத் தட்டைக் கழுவிக்கொண்டு, நானாகவே காலைக் கஞ்சி வாங்க வரிசையில் நின்றுவிட்டேன். ஆனால் அன்றைக்குக் கஞ்சிக்குப் பதிலாக, பொங்கலும் சட்டினியும் போட்டார்கள். புழு பூத்த கஞ்சியில்லாமல் பொங்கல் கிடைத்த சந்தோஷத்தில், வேப்பமரத்தடியில் உட்கார்ந்து சாப்பிட ஆரம்பித்தேன்.

அப்படி ஒரு பொங்கலையும் சட்டினியையும் அதுவரைக்கும் நான் எங்கும் சாப்பிட்டதில்லை. அது பொங்கல் மாதிரியே இல்லை. முழு அரிசியில் கொஞ்சம் பயித்தம் பருப்பும், ஒன்றிரண்டு மிளகும் இருந்தன அவ்வளவுதான். சுவையில்லாத கடலைப் பருப்பு சட்டினி. பசியில் உப்பு இருக்கிறதா என்று பார்க்கக்கூட நேரமில்லை. 'விறு விறு'வென்று சாப்பிட்டு முடித்தேன். ஒரு டம்ளர் தண்ணீரைக் குடித்துவிட்டு, என் அறைக்குப் போய், தட்டைக் கவிழ்த்து வைத்தேன். அப்போது தான் கவனித்தேன். என் அறையில், என்னுடன் கைதான யாருமே இல்லை.

வெளியில் வந்தேன். என் சகாக்கள் ஆளுக்கொரு புதிய நண்பர்களுடன் அங்குமிங்கும் அலைந்துகொண்டும் உட்கார்ந்து கொண்டும் இருந்தார்கள். மாணிக்கம் மட்டும்தான் நாங்கள் இருந்த அறையில் சுருண்டு படுத்துக்கிடந்தார். மாணிக்கத்துக்கு எங்கள் ஊருக்கு அடுத்த கிராமம். எங்களுக்கும் மாணிக்கத்துக் கும் எந்தத் தொடர்பும் கிடையாது. இருந்தாலும், கணக்குக் காட்டுவதற்காக, மாணிக்கத்தைப் பிடித்து எங்கள் வழக்கில் சேர்த்துவிட்டிருந்தார்கள் போலீஸ்காரர்கள். நான் திரும்பவும் செல்லுக்குள் நுழைந்தேன். மாணிக்கத்தின் அருகே போய் உட்கார்ந்தேன். காலையில் வாங்கிய பொங்கல், அவர் தலை மாட்டில் ஈக்கள் மொய்க்கக் கிடந்தது.

'மாணிக்கண்ணே, மாணிக்கண்ணே! எந்திரிங்க. சாப்பிடலையா? உடம்புக்கு என்ன?' என்று கேட்டேன்.

மாணிக்கம் கைதாகும்போது அதிகமாகக் குடித்திருந்ததாக ஷாஜகான் சொல்லியிருந்தார். இதுபோல மிக அதிகமாகக் குடிப் பவர்களால் உடனே குடிப்பதை நிறுத்த முடியாது. அப்படி நிறுத்தினால், சாப்பிடுவது கஷ்டமாகிவிடும். அவர்களால் கொஞ்சம் கொஞ்சமாகத்தான் குடிப் பழக்கத்தை நிறுத்த முடியும். வெளியில் இருந்தால் கொஞ்சமாகவாவது குடிக்க முடியும். சிறையில் மதுவுக்கு எங்கே போவது? எனக்கு என்ன செய்வதென்றே புரியவில்லை. மாணிக்கத்தின் நிலைமையை எப்படிச் சீர்செய்வது?

சாப்பாடு என்றால்கூட யாரிடமாவது கேட்கலாம். இதைப் போய் யோசனையாகக்கூட யாரிடம் கேட்பது?

எங்களுடைய அறைக்கு வெளியே சிவா நடந்துபோய்க் கொண்டிருந்தார். அவரிடமே கேட்பது என்று முடிவு செய்தேன்.

'சிவாண்ணே! சிவாண்ணே!' என்று கூப்பிட்டேன்.

அவர் திரும்பிப் பார்த்தார். 'என்னா ஜோதி?' என்றார்.

நான் அவர் அருகே போய், மெதுவான குரலில் சொன்னேன்: 'ஒண்ணுமில்லை நம்மகூட மாணிக்கம்னு ஒருத்தர் இருக்காரு. கொஞ்சம் வயசானவரு. தினமும் குடிப்பாரு போல. இங்க வந்தவுடனே குடிக்க முடியலையா? உடம்புக்கு முடியாமப் போயிடுச்சு. சாப்பாடு இறங்க மாட்டேங்குது. எப்பப் பாத்தாலும் படுத்தே கிடக்குறாரு. என்னா பண்றதுன்னே தெரியல' என்றேன்.

'அவரு பேரு என்ன சொன்னே?'

'மாணிக்கம்.'

'நீ ஒண்ணு பண்ணு. அவரைக் கூப்பிட்டுக்க. நேரா ஜெயில்ல இருக்கற ஆஸ்பத்திரிக்குப் போ. டாக்டர்கிட்ட அவருக்கு ரொம்ப இருமலா இருக்குன்னு சொல்லு. சீட்டு எழுதிக் குடுப்பாரு. அதை வாங்கிட்டு பக்கத்துல மருந்து குடுக்குற இடத்துக்குப் போ. அங்க நம்ம ஊருப் பையன் ஒருத்தன் இருப்பான். பேரு கிருஷ்ணன். கொலை முயற்சி வழக்குல ஏழு வருசம் ஜெயில் தண்டனையில இருக்கறவன். அவன்கிட்ட சிவா அனுப்பினாருன்னு சொல்லு. இருமல் மருந்து குடுப்பான். அதை வாங்கி மாணிக்கத்தைச் சாப்பிடச் சொல்லு. நல்லா பசியெடுக்கும். மதியம் சாப்பாடு சாப்பிட்டாருன்னா சரியாப் போயிடும்.'

இப்படிச் சொல்லிவிட்டுப் போய்விட்டார் சிவா.

நான், மாணிக்கத்தை அழைத்துக்கொண்டு மருத்துவரிடம் போனேன். இருமல் என்று சொன்னேன். அவரும் சிவா சொன்னதைப் போலவே ஒரு சீட்டெழுதி பக்கத்திலிருக்கும் மருந்தகத்துக்கு அனுப்பினார். அங்கு கிருஷ்ணனைப் பார்த்து அறிமுகப்படுத்திக்கொண்டேன்.

கிருஷ்ணன் மிக இளைஞராக இருந்தார். பார்க்கிற வேலைக்குச் சம்பந்தமில்லாமல் மிகவும் கனிவானவராக இருந்தார். மிகவும்

சுத்தமானவராக இருந்தார். வயது மிஞ்சி மிஞ்சிப் போனால் இருபத்தைந்துதான் இருக்கும்.

‘சிவாண்ணே அனுப்பினாரு. இவரு இருமிக்கிட்டே இருக்கிறாரு. ரெண்டு அவுன்ஸ் இருமல் மருந்து சாப்பிட்டா சரியாப் போயிடும்’னு சிவாண்ணே சொன்னாரு. அதான்...’

‘சிவாண்ணே அனுப்பினாரா? இவரு ஓவரா தண்ணி போடுவாரோ? சரி. சரி. இதக் குடுங்க. மத்தியானம் சரியாயிடும்.’ என்று இரண்டு அவுன்ஸ் இருமல் டானிக் கொடுத்தார். மாணிக்கம் அதை வாங்கி, கண்ணை மூடிக்கொண்டு கடகடவென்று குடித்தார். கிருஷ்ணனிடம் விடைபெற்றுக்கொண்டு நகர்ந்தோம். எனக்கு நம்பிக்கையேயில்லை. இருமல் மருந்து சாப்பிட்டால் சரியாகிவிடுமா என்ன?

அதேபோல கிருஷ்ணனைப் பார்த்தால் கொலை முயற்சியில் ஈடுபட்டிருக்கும் ஒருவர் மாதிரியே தெரியவில்லை. அப்படிப் பட்ட ஒருவரால் எப்படி மற்றவர்களுக்குச் சேவை செய்கிற மருத்துவப் பிரிவு வேலையைத் தேர்ந்தெடுக்க முடிந்தது? எனக்கு ஆச்சரியமாக இருந்தது.

‘மாணிக்கண்ணே! இப்ப எப்படி இருக்கு?’ என்று கேட்டேன். ‘இப்பதான் ஒரு குவார்ட்டர் அடிச்ச மாதிரி இருக்குப்பா. யார்கிட்டயாவது பீடி இருந்தா வாங்கிக் குடேன்’ என்றார். அதுவரை தொய்ந்து தொய்ந்து நடந்துகொண்டிருந்தவர் வேக வேகமாக நடக்க ஆரம்பித்துவிட்டார். அதற்குள் மதிய சாப்பாடு போடுகிற நேரமாகிவிட்டிருந்தது. எங்கள் அறைக்குள் நுழைந் தவர் அலுமினியத் தட்டில் இருந்த பொங்கலைக் குப்பையில் கொட்டிவிட்டு, சாப்பாடு வாங்கினார். தண்ணீர்த் தொட்டிக்குப் பக்கத்தில் போய் உட்கார்ந்துகொண்டு, முழுச் சாப்பாட்டையும் சாப்பிட்டார். பிறகு, தட்டைக் கழுவி தலைமாட்டில் வைத்துக் கொண்டு படுத்துவிட்டார். நிம்மதியாகத் தூங்கினார்.

மாணிக்கத்தால் எப்படி உற்சாகமானவராக ஆக முடிந்தது? இவரை இப்படித்தான் குணப்படுத்தலாம் என்பது சிவாவுக்கு எப்படித் தெரிந்தது? இந்தக் கேள்விகளுக்குப் பதில் கிடைக்க வில்லை என்றால் தலை வெடித்துவிடும்போல இருந்தது. சாப்பிட்டுவிட்டு சிவாவிடம் கேட்பது என்று முடிவு செய்து கொண்டேன். அன்றைக்குக் கீரை சாம்பார் போட்டிருந்தார்கள். பசி அதிகமாக இருந்தது. அவசர அவசரமாகச் சாப்பிட்டேன்.

நேற்று சோறு கேட்டவன் இன்றைக்கும் வந்தால் என்ன செய்வது என்கிற பயம். சாப்பாட்டில் உப்பு, காரம் இருக்கிறதா என்று பார்க்கிற சுவை உணர்ச்சிகூட இல்லை. அத்தனை பசி. சாப்பிட்டு முடித்தேன்.

கடலூர் சிறையில் காலை, மாலை எப்போது வேண்டுமானாலும் குளிக்கலாம். அங்கே தண்ணீருக்குப் பஞ்சம் இல்லை. பெரும் பாலும் சமயம் கிடைக்கிறபோது குளித்துவிட்டு, துணிகளைத் துவைத்துவிடுவார்கள் சிறைவாசிகள். சாப்பிட்ட பிறகு குளிக்கும் இடத்தில் கொஞ்சம் கூட்டம் குறைவாக இருக்கும். எனவே குளிக்கும் இடத்துக்குப் போய் நிறுத்தி நிதானமாகக் குளித்தேன். எவ்வளவு நேரம் குளித்தாலும் யாரும் எதுவும் கேட்கமாட்டார்கள். குளித்துவிட்டு, ஃப்ரெஷ்ஷாக சிறப்புத் தொகுதிக்குப் போனேன். அங்குதான் சிவா இருந்தார்.

சிவா தன் அறையில் புத்தகம் படித்துக் கொண்டிருந்தார். அது ஒரு தனிச் சிறை, ஒருவர் மட்டுமே தங்கக்கூடிய அறை. உள்ளே கழிப்பறை, குளியலறை வசதியும் உண்டு. பொது மொழியில் சொல்ல வேண்டுமென்றால் அட்டாச்டு லெட்ரின், பாத்ரூம் கொண்ட அறை. ஒவ்வொரு தனிச்சிறை அறையும் இப்படித்தான் இருக்கும். இந்த அறைகளை 'செல்' என்றும் குறிப்பிடுவார்கள். கழிப்பறை, இடுப்பளவு உயரத்துக்கு மறைப்புச் சுவரால் கட்டப்பட்டிருக்கும். உள்ளே சுமார் 22 லிட்டர் கொள்ளளவு கொண்ட சிமெண்ட் தண்ணீர் தொட்டி இருக்கும். தினமும் தண்ணீர் நிரப்புவார்கள். நான் அந்த அறைக்குள் சென்றேன்.

'வா ஜோதி! மாணிக்கத்துக்கு உடம்பு பரவாயில்லையா? மருந்து சரியா வேலை செய்யிதா?'

'அதைக் கேக்குறதுக்குத்தாண்ணே வந்தேன். அது எப்பிடி இருமல் மருந்துல அவருக்குக் குணமாச்சு?'

'அது வேற ஒண்ணுமில்ல. ரெகுலரா குடிக்கிறவங்க தெளிவாகறதுக்குக் கொஞ்சம் ஆல்கஹால் இருந்தாபோதும். இருமல் சிரப்ல ரெண்டு அவுன்ஸ் குடிச்சா, ஆல்கஹால் சாப்பிட்ட எஃபெக்ட் கெடைச்சிடும். ஜெயில்லருந்து பரோல்ல போற கைதிங்க சில சமயத்துல அதிகமா குடிச்சிட்டு வந்துடுவாங்க. அந்த மயக்கம் தெளியறதுக்குக் குறைஞ்சது ரெண்டு நாளாவது ஆவும். அதுவரைக்கும் காத்திருக்க முடியாது இல்லியா? அவங்களுக்கு இருமல் மருந்தைக் குடுத்தா சரியாயிடுவாங்க. இதுவாவது

பரவாயில்ல. இன்னும் சில பேர் இருக்காங்க. காயத்துக்குத் தடவுற களிம்பு இருக்குல்ல. அதை பிரட்ல தடவி சாப்பிட்டா போதையா இருக்குமாம். அப்படிச் சாப்பிடறவங்களும் இருக்காங்க.

வரும் வழியில், வெளியூருக்குப் புறப்படுகிறவர்கள் வீட்டில் வெளியே உள்ள பொருள்களை உள்ளே வைத்துப் பூட்டத் தயாராவதுபோல, மனிதர்கள் தங்களை செல்லுக்குள் அடைத்துக் கொள்ளத் தயாராகிக்கொண்டிருந்தனர். அப்போதுதான் மணி ஆகிவிட்டிருந்தது எனக்கு உறைத்தது. ஆள்களை எண்ண ஆரம்பித்துவிடுவார்கள். நான் ஓட்டமும் நடையுமாக என்னுடைய அனெக்ஸுக்கு வந்து சேர்ந்தேன்.

நல்லவேளையாக ஆரம்பிக்கவில்லை. நேராக வந்து வரிசையில் உட்கார்ந்தேன்.

ஷாஜகான் அருகே வந்தார். 'எங்க போன ஜோதி?' சொல்லிட்டு போவக்கூடாதா? கவுண்ட் பண்ணும்போது இல்லாமப் போயிட்டேன்னா அவ்வளவுதான். ஒரு கைதி தப்பிச்சிட்டான்னு நினைச்சுடுவாங்க. மத்தவங்களை எல்லாம் 'எங்கடா அவன்?'னு கேட்டு அடி பின்னிடுவாங்க. நான் இதுக்கு முன்னாடி ஒரு தடவை இங்க வந்திருந்தப்போ, காலையில கைதிகளை கவுண்ட் பண்ற நேரத்துல ஒருத்தனை மட்டும் காணோம். முதல் நாள் ராத்திரி எண்ணித்தான் பூட்டினாங்க. இப்போ இல்லைன்னதும் போலீஸ்காரங்க டென்ஷனாயிட்டாங்க. கூட இருந்த எங்களை அடிச்சி விசாரிக்கறதுக்குப் பத்து, இருவது போலீஸ்காரங்க வந்துட்டாங்க. அப்போ ஒரு கன்விக்ட் வார்டர் சமையல் கட்டுல தேடிப் பாத்தப்போ, ரெண்டு சிமெண்ட் கட்டைங்களுக்கு நடுவுல அந்தக் கைதி அசந்து தூங்கிக்கிட்டு இருந்திருக்கான். நல்லவேளையா நாங்க தப்பிச்சுட்டோம். அந்தக் கைதி மாட்டிக்கிட்டான். 20 போலீஸ்காரங்க அவனை அடி பின்னி எடுத்துட்டாங்க. துடிச்சிப் போயிட்டான். அவனுக்கும் உன் வயசுதான் இருக்கும். இன்னிக்கு உன்னைக் காணோம்னதும் அதே மாதிரி ஆயிடுமோன்னு பயந்துட்டேன். நல்ல வேளை நீ வந்துட்ட, இனிமே எங்கயாவது போனா சீக்கிரம் திரும்பி வந்துடு. சரியா? 'உனக்கு ராத்திரி சாப்பாடு வாங்கி உள்ள வச்சிருக்கேன். ரசம் சுமாராத்தான் இருக்கு. சாப்பிட்டுடு' என்றார்.

சாப்பிடும்போது ரசத்தோடு இரண்டு முறுக்கும் வைக்கப்பட்டிருந்தது. அன்றைக்கு ஷாஜகானின் மனைவி 'மனு'

பார்க்க வந்திருந்தார். அதுதான் முறுக்கு வைத்திருக்கிறார் என்று நினைத்துக்கொண்டேன்.

அன்றைக்கு எங்களை உள்ளே வைத்துப் பூட்டும்போது, எல்லோருக்குமே சோகம் அதிகமாக இருந்தது. ஷாஜகானைத் தவிர, வேறு யாரையும் பார்க்க ஆள் வரவில்லை.

'மனு பார்ப்பது' என்றால் ஒரு கைதியை உறவினர்களோ, தெரிந்தவர்களோ பார்ப்பது. இதை நேர்காணல் என்றும் சொல்வார்கள். கைதியைப் பார்க்க வருபவர்கள் மனு எழுதிக்கொடுத்துதான் உள்ளே இருப்பவரைச் சந்திக்க முடியும். இதுதான் பேச்சு வழக்கில் 'மனு பார்ப்பது' என்று ஆகிவிட்டிருந்தது. ஷாஜகானுக்கு முன்னால் எங்கள் குழுவில் இருந்த ஒரே ஒருவனைத்தான் 'மனு' பார்த்திருந்தார்கள். அவன் பெயர் முரளி. மன நிலை பாதிக்கப்பட்டவன். விழுப்புரத்தில் இருந்த எங்களின் உடற்பயிற்சி நிலையத்தில் முரளியின் அம்மா அவனைக் கொண்டுவந்து விட்டிருந்தார்கள். எங்கள் குழுவில் எல்லோரும் சகஜமாகப் பழகுவதால், முரளிக்கு மனரீதியாக மாற்றம் ஏற்படும் என்று நம்பினார் முரளியின் அம்மா.

அவர் நம்பியபடியே நடந்தது. கொஞ்ச நாளில் முரளியின் தோற்றம், நடவடிக்கை எல்லாமே மாறிவிட்டிருந்தது. உடற்பயிற்சி நிலையத்தைப் பெருக்கி சுத்தமாக வைப்பது, பானைகளில் குடிப்பதற்குத் தண்ணீர்ப் பிடித்து வைப்பது, ஒரு நாளைக்கு இரண்டு முறை குளிப்பது, என்று மகிழ்ச்சியாகத்தான் இருந்தான் முரளி. நாங்கள் எவ்வளவோ எடுத்துச் சொல்லியும் கேட்காமல், போலீஸ் அவனையும் அடித்து இந்த வழக்கிலே சேர்த்துவிட்டிருந்தது.

சிறையிலிருக்கும் முரளியைப் பார்க்க அவன் அம்மா வந்தபோது, அவன் ஆழ்ந்த தூக்கத்தில் இருந்தான். தான் இருப்பது சிறை என்கிற பிரக்ஞைகூட அவனுக்குக் கிடையாது. நேற்று இரவு எல்லோருடைய கைகளிலும் கணேஷ்பீடி புகைந்து கொண்டிருந்தது. அது இன்று ஃபில்டர் வில்ஸ் சிகரட்டாக மாறியிருந்தது. எல்லாம் ஷாஜகானின் மனைவி உபயத்தால். முதல் நாள் இரவு போலவே, புகைகளுக்கு மத்தியில் அன்றைக்கும் பாடல் கேட்டது. என்னால் ரசிக்க முடியவில்லை. தூங்கவும் முடியவில்லை. காரணம், மூத்திரக்கவுல். தாமதமாக வந்ததால் கழிப்பறைக்கு அருகில்தான் இடம் கிடைத்தது. 40 பேருக்கு இருபத்தைந்து லிட்டர் தண்ணீர். இரவில் சிறுநீர் கழிக்கிறவர்கள் தண்ணீர் ஊற்றாமலே சென்று விடுவார்கள். நாற்றம் குடலைப் புரட்டியது. புரண்டுபுரண்டு

படுத்தும் என்னால் தூங்க முடியவில்லை. எழுந்து வெளியே போகவும் முடியாது. சிறைக் கம்பிகளின் வெளிச்சத்தில் யாரோ என் அருகில் வருவது போல் இருந்தது. திரும்பிப் பார்த்தேன். முதல் நாள் நான் சாப்பிடும்போது மீதி உணவைக்கேட்ட அதே இளைஞன்.

‘என்ன?’ என்றேன்.

‘தூக்கமே வரலைண்ணா. நான் வேணும்னா விசிறி விடட்டுமா?’ எனக்கு அவனைப் பார்க்கப் பாவமாக இருந்தது. யார் இவன்? இவன் ஏன் எனக்கு விசிறிவிடவேண்டும்? சொல்லப்போனால் இருவருமே கைதிகள். ஒரு கைதி, இன்னொரு கைதிக்குச் சேவகம் செய்வதாவது?

‘விசிற எல்லாம் வேணாம். உன் பேரென்ன? நீ எந்த ஊரு அதைச் சொல்லு முதல்ல.’

‘என் பேரு செந்திலு. எனக்குக் குறிஞ்சிப்பாடிக்குப் பக்கத்துல ஒரு கிராமம். அப்பா, அம்மா கூலி வேலை செய்யுறாங்க.’

‘எப்பிடி ஜெயிலுக்கு வந்தே?’

‘பத்தாவது ஃபெயிலாயிட்டேன். அப்பா ரொம்பத் திட்டிட்டாரு. வீட்டைவிட்டு வெளியில வந்தேன். கடலூர், குள்ளஞ் சாவடின்னு சுத்திக்கிட்டிருந்தேன். கொஞ்ச நாள்ல ரெண்டு மூணு பேரு ஃபிரெண்ட்ஸ் ஆயிட்டாங்க. தினமும் சோறு வாங்கித் தருவாங்க. ‘அங்கபோ!’, ‘இங்கப்போ!’ ‘அதை வாங்கிட்டு வா!’ ‘இதை வாங்கிட்டு வா’ன்னு சொல்லுவாங்க. திடீர்னு ஒரு நாள் அவங்களைப் பாக்கவே முடியல. எங்க போனாங்கன்னும் தெரியல. கடலூர்ல இருக்கற தியேட்டர்ல சினிமாப் பாத்துட்டு எங்க போறதுன்னு தெரியாம பஸ் ஸ்டாண்டுல நின்னுக்கிட்டிருந்தேன். அப்போ ஒரு நாலு பேர் என்கிட்ட வந்தாங்க. என்னை யாரு, என்னன்னு விசாரிச்சாங்க. அப்போ அவங்க போலீஸுன்னோ, மப்டியில வந்திருக்காங்கன்னோ எனக்குத் தெரியாது. என்னை போலீஸ் ஸ்டேஷனுக்குக் கூட்டிக்கிட்டுப் போனாங்க. ஒரு திருட்டு கேஸுல என்னை ஜெயில்ல போட்டுட்டாங்க.’

நான் அவனையே பார்த்துக்கொண்டிருந்தேன்.

‘ஜெயிலுக்குள்ள வந்தப்புறம்தான் அவங்களைப் பாத்தேன். என்கூட வெளியில இருந்தாங்களே, சோறு போட்டாங்களே,

அவங்க. என்னான்னு விசாரிச்சப்புறம்தான் தெரிஞ்சுது. அவங்க திருட்டு கேஸுல மாட்டிக்கிட்டதாகவும் அதனாலதான் என்னையும் அவங்க கூட்டாளின்னு நினைச்சு புடிச்சிட்டதாகவும் சொன்னாங்க. ஒரு மாசத்துல அவங்கல்லாம் எப்பிடியோ ஜாமீன் வாங்கிட்டு வெளியில போயிட்டாங்க. என்னால வெளிய போக முடியல. நான் வீட்டுக்குப் பல தடவை லெட்டர் போட்டுப் பாத்துட்டேன். ஆனா, என்னைக் கூட்டிக்கிட்டுப் போக எங்க வீட்டில இருந்து யாரும் வரல. நானும் பதினஞ்சு நாளைக்கு ஒரு தடவை கேஸுக்காக கோர்ட்டுக்குப் போயிட்டு வந்துக்கிட்டுதான் இருக்கேன். எனக்கு ஜாமீன் தர்றதுக்கு யாருமே வரல. திருட்டு கேஸுன்னா யாருமே ஜாமீன் தர மாட்டேங்கறாங்க. மேஜிஸ்ட்ரேட் மனசு வச்சு சொந்த ஜாமீன்ல வுட்டாத்தான் வெளியே போகமுடியும்.’

அவன் திடீரென்று பேச்சை நிறுத்தினான். நான் அவனைப் பார்த்தேன்.

‘அண்ணா! ஒரு பீடி இருந்தா குடேன்.’

ஷாஜகான் மனைவி வந்து மனு பார்த்துவிட்டுப் போனதில், அன்று முழுவதும் கணேஷ் பீடியை யாரும் தொடவேயில்லை. ஷாஜகானின் தலைமாட்டில் ஒரு கட்டு கணேஷ் பீடி பிரிக்காமல் முழுசாகக் கிடந்தது. அவன் திருடவேண்டும் என்று நினைத்திருந்தால், அதை எடுத்திருக்கலாம். அவன் அப்படிச் செய்யவில்லை. நான் அந்த பீடிக்கட்டை எடுத்து அவனிடம் கொடுத்தேன்.

‘ஒரு பீடி போதும்ணா.’

‘பரவால்ல. நீயே வச்சுக்க’ என்றேன் நான். அவன் பீடியைப் பற்ற வைத்தான். ஏதேதோ பேசினான். நான் அப்படியே தூங்கி விட்டேன். மறுநாள் கண் விழித்துப்பார்த்தபோது அதிர்ந்து போனேன், செந்தில் எனக்கு ஒரு பேப்பரால் விசிறிக் கொண்டிருந்தான். நான் அவன் கையிலிருந்த பேப்பரைப் பிடுங்கினேன்.

‘டேய்! நீ ராத்திரி பூரா தூங்கலையா?’

‘இல்லண்ணா. கொசுக்கடியில நீ பொரண்டு பொரண்டு படுத்துக் கிட்டு இருந்தே. மனசு கேக்கலை. அதான் விசிறிவிட்டேன்.’

என் மனம் மிகவும் கலங்கிப் போனது. இரவு முழுக்க ஒருவன் உட்கார்ந்து எனக்கு விசிறிக்கொண்டிருந்திருக்கிறான். ‘இனிமே இப்பிடிச் செய்யாதே என்ன, போ!’ என்று உடைந்த குரலில்

சொன்னேன். அன்று முழுக்க நான் ஏதோ தவறு செய்துவிட்டது போலவே எனக்கு இருந்தது. அந்தப் பரிதாபமான முகத்தை என்னால் ஒதுக்கவே முடியவில்லை. எங்குபோனாலும் கூடவே வந்தது. சிறையில் அவனைப்போல ஒரு செந்தில் இல்லை, நூற்றுக்கணக்கான செந்தில்கள் இருக்கிறார்கள் என்று எனக்குப் பின்னால் தெரிந்தது.

***

4

சிறைக்குள் வந்து நான்கு நாள்களுக்கு மேல் ஆகிவிட்டது. ஊருக்குள் நடக்கும் எந்தத் தகவலும் தெரியவில்லை. தலையே வெடித்துவிடும்போல இருந்தது. யாரிடம் கேட்பது? இந்த யோசனையுடன் வழக்கம்போல குளித்துவிட்டு, புழுத்தக் கஞ்சியைக் குடித்துவிட்டுத் தயாரானேன். எதிரே வந்தார் ஜெயமூர்த்தி. தலைமை சிறைக்காவலர். முதல் நாள் பார்த்ததற்குப் பிறகு மீண்டும் இப்போதுதான் பார்க்கிறேன்.

‘ஐயா வணக்கம்.’

‘வணக்கம் தம்பி. சொல்லுங்க!’ என்றார்.

நான் தயங்கித் தயங்கி, ‘ஒண்ணுமில்ல. ஜெயில்ல நியூஸ் பேப்பரெல்லாம் வராதுங்களா சார்?’ என்று கேட்டேன். ‘வரும் தம்பி. அந்த ஒண்ணாம் நம்பர் பிளாக் இல்லன்னா இரண்டாம் நம்பர் பிளாக்கில போய்ப் பாரு. அங்கதான் ரெண்டு மூணு பள்ளிக்கூட வாத்தியாருங்க ஆயுள் தண்டனை கைதியா இருக்காங்க. அவங்கக்கிட்ட இருக்கும்.’

‘இன்னிக்கு பேப்பரே கிடைக்குமா?’

‘ஆமாம்ப்பா. இன்னிக்கு பேப்பர்தான். தினத்தந்தி, தினமணி தினமும் வரும்ப்பா.’

நான் இரண்டாம் பிளாக் நோக்கி நடந்தேன். இரண்டாம் பிளாக்கில் சுமார் நாற்பது வயது மதிக்கத்தக்க ஒருவர் தினத்தந்தி பேப்பரை புரட்டிக் கொண்டிருந்தார். நான் அவரிடம் என்னை அறிமுகப்படுத்திக்கொண்டேன்.

‘என்ன வேணும்?’

‘பேப்பர் படிக்கலாம்னு வந்தேன்.’

‘உட்காரு. படி’ என்றார். அவருடைய பேச்சு தவணை முறையில் இருந்தது. பேப்பரைப் பிரித்தேன். துண்டு துண்டாகக் கிடந்தது. ஆங்காங்கே, வெட்டி இருந்தது.

‘என்ன சார்? பேப்பரை வெட்டியிருக்காங்க!’ என்று கேட்டேன்.

‘அதுவா! ஜெயிலுக்குள்ள பொதுச் செய்தியைத் தவிர வேற எந்தச் செய்தியும் கைதிகளுக்குத் தெரியக்கூடாதுன்னு சென்ஸார் பண்ணிடுவாங்க தம்பி.’

கைதி தப்பி ஓட்டம், மற்ற சிறைகளில் நடக்கும் சிறைக் கைதிகளின் போராட்டம், சிறைக் கலவரம் போன்ற நிகழ்ச்சிகள் கைதிகளுக்குத் தெரியக்கூடாதென்று நினைத்தது சிறைத்துறை. அப்படித் தெரிந்தால் மற்ற சிறைகளில் உள்ளவர்களும் இது போன்ற செயல்களில் ஈடுபட்டுவிடுவார்கள் என்று நினைத்து அதுபோன்றச் செய்திகளைத் தணிக்கை செய்து அனுப்பி விடுவார்கள்.

அன்றைக்கு வெள்ளிக்கிழமை என்பதால் முழுதாக இருந்த பேப்பர்கள் இரண்டுதான். ஒன்று வெள்ளித்திரை, மற்றொன்று வெள்ளிமணி. வெள்ளிக்கிழமை என்பதாலோ என்னவோ, அன்றைக்கு வழக்கத்தைவிட சுறுசுறுப்பாக இருந்தது சிறை, குளிக்கிற இடத்தில் கூட்டம் சற்று அதிகமாகவே தென்பட்டது. சிலர் நெற்றியில் குங்குமமும் விபூதியுமாக நடந்து வந்து கொண்டிருந் தார்கள். சிறைக்குள் கோயில் இருப்பது அன்றுதான் எனக்குத தெரிந்தது. அது ஒரு மாரியம்மன் கோயில். நல்ல கலை நயத்துடன் கட்டப்பட்டிருந்தது. தண்டனைக் கைதிகளும் விசாரணைக் கைதிகளுமாக நிறைய பேர் வழிப்பட்டுக் கொண்டிருந்தார்கள். மணி பத்தைத் தாண்டியிருக்கும். எதிரே சிவா வந்தார்.

‘எங்க போறீங்கண்ணே?’ என்று கேட்டேன்.

‘இன்னிக்கு வெள்ளிக்கிழமை. என் செல்லுல இருக்க முடியல. அதான் கன்விக்ட் வார்டருங்க ரூமுக்குப் போலாம்னு கிளம்பிட்டேன்.

‘ஏன்? வெள்ளிக்கிழமைன்னா செல்லுல இருக்கக் கூடாதா?’

‘அதில்லப்பா. இன்னிக்கி முஸ்லிம் கைதிங்க தொழுகை நடத்துவாங்க. நாம ஏன் அவங்களுக்கு இடைஞ்சலா இருக்கணும்’னு தான். நீயும் கன்விக்ட் வார்டர் ரூமுக்கு வாயேன். மதியம் அங்கே சோறு சாப்பிடலாம். நல்லாவும் இருக்கும்.’

நான் சிறைக்குப் புதியவன். அடிதடி, கொலை, கொள்ளை எனக் குற்றங்களில் ஈடுபட்டு, சிறைக்குள்ளே கைதிகளாக வந்தவர்கள் இப்படிச் சமய வழிபாடுகளில் ஈடுபட்டிருப்பது எனக்கு ஆச்சரியத்தை ஏற்படுத்தியது.

‘ஏண்ணே! இந்துக்களுக்கு மாரியம்மன் கோயில் இருக்கு. முஸ்லிம்களுக்குத் தொழுகையிடம் இருக்கு, கிறிஸ்துவர்களுக்கு?’

‘இருக்கே! மதியம் சாப்பிட்டுட்டுப் போகும்போது காட்றேன். அண்ணாமலை பல்கலைக்கழகத் துணைவேந்தர் மகன் கொலை வழக்குல கைது செய்யப்பட்ட டேவிட்தான் அந்த சர்ச்சுக்கு இன்சார்ஜ்’ என்றார் சிவா.

கன்விக்ட் வார்டர் அறையில் சாப்பிட்ட மதிய சாப்பாடு ஓரளவுக்கு நன்றாகவே இருந்தது.

கன்விக்ட் வார்டர்கள் அவர்களுக்கான ரேஷனை தனியாகவே வாங்கிவந்து சமைத்து சாப்பிடுகிறார்கள். இவர்கள் இஷ்டத்துக்குத் தேவையான உப்பு, புளி, மிளகாயைப் போட்டு சமையல் செய்கிறார்கள். ரேஷனில் கிடைத்ததில், மீதி இருந்தப் பருப்புகளை ஊறவைத்து, அரைத்து, வடைபோட்டு மற்றக் கைதிகளிடம் விற்று விடுகிறார்கள். அதில் கிடைக்கிற பணத்தை, வெளியில் கஷ்டப்படும் குடும்பத்துக்குக் கொடுத்து அனுப்பிவிடுகிறார்களாம்.

பிற்பகல் உணவு முடிந்ததும் சிவா இருந்த சிறப்புத் தொகுதிக்குப் போனோம்.

வழியில் சிவா, ‘ஜோதி! இங்க வா! இதுதான் பாரதியார் இருந்த சிறை’ என்று ஓர் அறையைக் காட்டினார்.

‘அப்பிடியா?’

‘ஆமா. பாரதியை இந்தச் செல்லுலதான் அடைச்சு வச்சிருந்தாங்களாம். அதோ அங்க கல்வெட்டு இருக்குது பாரு,

‘சரி. இப்ப இங்க இருக்கறது யாரு?’

‘இப்ப யாரும் இங்க இல்ல. இந்துக்களுக்கு மாரியம்மன் கோயில் இருக்கிறது மாதிரி இது கிறிஸ்துவக் கைதிகளின் தேவாலயமாக இருக்குது.’

உள்ளே நுழைந்தோம். மிக நேர்த்தியாகப் பராமரிக்கப்பட்டு வந்த பூங்காவாக அந்த இடம் இருந்தது. இரு புறமும் பூச் செடிகள். உள்ளே நுழைந்ததும் ஜீன்ஸ் துணியில் ‘ஏசு அழைக்கிறார்’ என்று நூலினால் எழுதப்பட்ட வாசகம். உள்ளே அப்படி ஓர் அமைதி.

‘இவ்வளவு சுத்தமாக யார் இதைப் பராமரிக்கிறார்கள்?’ என்று கேட்டேன்.

‘அதான் சொன்னேன் இல்ல, ஜான் டேவிட்.’ ஜான் டேவிட் மிக அமைதியானவர். எந்த நேரமும் புத்தகமும் கையுமாகவே இருப்பார். மாலை நேரங்களில் மற்ற கைதிகளுடன் கேரம் விளையாடுவார். அவருடைய செல் எப்போதுமே ஒரு மெல்லியத் திரையால் மூடியே இருக்கும். அவருடைய அம்மா, சிறப்பு அனுமதி பெற்று சிறைக்குள் அடிக்கடி வருவார். மற்ற கைதிகளுக்குத் தேவையான மருந்துகளையும் உணவுப் பொருள்களையும் கொண்டுவருவார். எல்லோரிடமும் அன்பாகப் பழகுவார். நான் சிறையிலிருந்த வரை ஒரு நாள்கூட அவர் ஜான் டேவிட்டை சந்தித்து நான் பார்த்ததில்லை. ஜான் டேவிட்டுக்கு ஆயுள் தண்டனை கிடைத்திருந்தது. பிறகு உயர் நீதிமன்றத்தில் வழக்குத் தள்ளுபடியாகி வெளியே வந்துவிட்டார்.

கொலை செய்தவர்கள், தவறு செய்யாத மனைவியை சந்தேகத்தின் பேரில் கொலை செய்தவர்கள், பாலியல் பலாத்கார வழக்கில் கைதானவர்கள் ஆகியோரை மட்டும் மற்றக் கைதிகள் நெருங்கவே விடமாட்டார்கள். அவர்கள் சொல்லும் எந்தச் சமாதானத்தையும் ஏற்கவும் மாட்டார்கள். அது என்னவோ அப்படி ஒரு நீதியைத் தங்களுக்குத் தாங்களே வைத்திருக்கிறார்கள்.

சிறையில் ஒரே வழக்கில் கைதானவர்கள் ஒன்றாக ஒரே செல்லில் இருப்பது கிடையாது. ஏனென்றால் யாரோ ஒருவருக்காகச் செய்த கொலையில் குழுவுக்கே தண்டனை கிடைத்திருக்கும். குடும்பச் சூழலை நினைத்து மனத்துக் குள்ளேயே குமைந்துகொண்டிருக்கும் அந்தக் கைதிகளுக்குள் சமயத்தில் சிறைக்குள் விவாதம் நடக்கும். சில நேரத்தில் அது சண்டையில் போய் முடிந்து, தர்மசங்கடமாகிவிடும். அதனால், ஒரே வழக்கில் தண்டனை பெற்றவர்கள் பார்த்தால் பேசிக் கொள்வதோடு சரி. ஒரே செல்லில் தங்க விரும்புவதில்லை. இது தண்டனைக் கைதிகளுக்கு இடையே இருக்கும் கையெழுத்தில்லாத ஓர் ஒப்பந்தம்.

தவறு செய்து சிறைக்கு வருபவர்களும் உண்டு, தவறே செய்யாமல் வருபவர்களும் உண்டு. செய்த தவறை சிலர் உணர்ந்துவிடுவார்கள். சிலர் உணரவே மாட்டார்கள். அப்படி ஒருவரை நான் பார்த்தேன். அவர் பெயர் மகேஷ். சிறையில் களிமண்ணில் ஒரு பிள்ளையார் சிலையைச் செய்து வைத்திருந் தார் மகேஷ். மிக நேர்த்தியாக ஒரு அச்சில் வடித்ததுபோல இருந்தது அந்தக் களிமண் சிலை. மகேஷைப் பற்றி விசாரித்தேன். கும்பகோணம் பகுதியைச் சேர்ந்தவராம். ஒரு கொள்ளை, ஏமாற்று வழக்கில் கைதாகி இருந்தார். அது ஒரு விநோதமான வழக்கு.

மகேஷ், அச்சில் சிலை வடிப்பதில் தேர்ச்சியானவர். அலுமினியம், பித்தளை, செம்பு போன்ற உலோகங்களை அச்சில் ஊற்றி, சிலை செய்து தருவதுதான் தொழில். அதற்குக் கூலிவாங்கிக் கொள்வார். ஒரு நாளைக்கு 150 ரூபாய் முதல் 250 ரூபாய் வரை கிடைக்கும். நியாயமான வருமானம். இயந்திரமயமான இந்தக் காலத்திலும் மனித சக்தியாலேயே உலோகங்களை (குமுட்டி அடுப்பு) உருக்கும் வல்லவர். வயது இருபத்து மூன்றுதான் இருக்கும். கடந்த மூன்று ஆண்டுகளாக இதுதான் அவருக்குத் தொழில். இப்படி ஒரு திறமைசாலி எப்படி கொள்ளை வழக்கில் கைதானார்? எல்லோருடைய கேள்வியும் இதுதான். என்னுடைய கேள்வியும்தான். நான் ஒரு நாள் மகேஷைப் பார்த்து நேராகவே அந்தக் கேள்வியைக் கேட்டேன். மகேஷ் தொடர்ந்தான்.

அப்பா ஊர்ல கருமார் (உலைக் களம்) வேலை செய்தவரு. எனக்கு நினைவு தெரிஞ்ச நாள்ல இருந்து அப்பாவுக்கு உலைக்களத்தில்தான் வேலை. கத்தி, கோடாரி, கடப்பாரை இதுங்களை வடிக்கறதுதான் வேலை. ஒரு நாளைக்குப் பத்து ரூபாய், இருபது ரூபாய் கிடைக்கும், இரண்டு பேருக்கும் சேர்த்து.

குடும்பமே ரொம்பக் கஷ்டத்துல இருந்தது. என்னை திருவண்ணாமலையில குத்துவிளக்கு செய்யற பட்டறையில் வேலைக்குச் சேர்த்துவிட்டார் அப்பா. மாசம் 1000 ரூபாய் சம்பளம் கிடைச்சது. அதுக்கப்புறம்தான் எங்க குடும்பம் ஓரளவுக்கு மகிழ்ச்சியா இருந்தது. நானும் அந்தத் தொழில்ல பல நுணுக்கங்களைக் கத்துக்கிட்டேன், அங்க எனக்கு நிறைய நண்பர்கள் கிடைச்சாங்க. அவங்களை வச்சு, நானே சொந்தமாத் தொழில் தொடங்க ஏற்பாடு செஞ்சேன். ஆனா குத்துவிளக்கு செய்யற தொழில் இல்ல. சிலைகளை வடிக்கற தொழில். சொந்தமா முதலீடு போட்டு முதல்ல மூணு அச்சுகளை வாங்கினோம். ஊர் ஊராகப் போய், வீடுகள்ல இருக்கற அலுமினியம், பித்தளை, செம்பாலான உடைஞ்ச பாத்திரங்களை வாங்கி, அழகிய சிலைகளாக்கி வித்தோம். ஒரு சிலைக்கு 50 ரூபாயிலிருந்து 150 வரைக்கும் ஆளுக்குத் தகுந்த மாதிரி கூலியை நிர்ணயம் செஞ்சேன்.

நல்ல வருமானம் கிடைச்சது. ஒவ்வொரு ஊரா சைக்கிள்லயே போயி, அச்சுல சிலை ஊற்றிக் கொடுப்பேன். சில ஊர்கள்ல ரெண்டு நாள், மூணு நாள் தங்கி வேலை செய்யற நிலை ஏற்பட்டது. தங்கச்சியோட கல்யாணத்தை ரொம்பச் சிறப்பா செஞ்சு முடிச்சேன். அப்போதான் அந்தத் தவறான எண்ணம் எனக்குத் தோண ஆரம்பிச்சது. என்கிட்ட பழைய பாத்திரங்களைக்

குடுத்துட்டு, ஒரு வாரம் பத்து நாள் கழிச்சுக்கூட எங்கிட்ட வந்து நான் செஞ்சு தர்ற சிலைகள மக்கள் வாங்கிட்டுப் போவாங்க. அந்த அளவுக்கு ஊர் மக்கள் என் மேல நம்பிக்கை வச்சிருந்தாங்க. சிலை செஞ்சு குடுத்தா அம்பது, நூறுதான் கிடைக்கும். ஆனா உருக்கைத் தயாரிக்கும் அந்த உடைஞ்ச பித்தளை, அலுமினியம், செம்பு அதைவிட பல மடங்கு விலை போகக் கூடியது. ஏன் அதையே விக்கக் கூடாதுன்னு நினைச்சேன். அன்னிக்கி ராத்திரியே, ஒரு வாடகை வேனை வச்சு, என்னோட நண்பர்கள் மூலமா அதையெல்லாம் அதிக விலைக்கு விக்க ஆரம்பிச்சேன்.

இதே மாதிரி என்னை நம்பி பொருளைக் குடுத்த எல்லாரையும் ஏமாத்த ஆரம்பிச்சேன். வேற வேற ஊருங்க. வேற வேற மனுஷங்க. அப்பாவுக்கு ஒரு நாள் சந்தேகம் வந்துடுச்சு. எப்பிடியோ நான் செஞ்சுக்கிட்டு இருந்த தில்லுமுல்லைக் கண்டுபிடிச்சுட்டாரு. இவ்வளவு நாளா இவன் இப்படி சம்பாதிச்ச பணத்துலயா சாப்பிட்டுக்கிட்டு இருந்தோம்னு நினைச்சு மனம் பொறுக்காம, வீட்டை விட்டே என்னை வெளியேத்திட்டாரு. ஆனாலும் என்னால தொழிலைவிட முடியல. பணத்து மேல இருந்த ஆசையில ஏற்கெனவே போன ஊருக்கே போய் என் கைவரிசையக் காட்டினேன். அதுதான் நான் செஞ்ச பெரிய தப்பு. முன்னாடி என்கிட்ட ஏமாந்தவங்க என்னை அடையாளம் கண்டுக்கிட்டாங்க. பொதுமக்கள் ஒண்ணுசேந்து என்னைப் பிடிச்சு போலீஸ்ல ஒப்படைச்சுட்டாங்க.

திருட்டு கேஸ்ல என்னைக் கைது செஞ்சதைக் கேள்விப்பட்டு, என்னோட அப்பா தற்கொலை செஞ்சுக்கிட்டார். என்னோட பேராசைதான் என் அப்பாவை சாகடிச்சிடுச்சு. நான் போலீஸ்ல குற்றத்தை ஒத்துக்கிட்டேன். நம்பிக்கைத் துரோகம், ஏமாற்றுதல் ஆகிய பிரிவுல ஆறு வருஷ சிறைத் தண்டனையும் 15,000 ரூபாய் நஷ்ட ஈடும் கட்டச்சொல்லி, தீர்ப்பு வந்துச்சு. என் கூட்டாளிங்க நஷ்ட ஈடு குடுக்க முன்வந்தாங்க. நான் வேணாம்னு சொல்லிட்டேன். அவங்க கிட்ட பணம் வாங்கினா, மறுபடியும் அவங்களோட சேரணும், அப்பாவை இழந்துட்டேன். இருக்கறது அம்மா மட்டும்தான். அவங்களையும் இழக்கறதுக்கு நான் தயாரா இல்ல. அதுனாலதான் அவங்க குடுத்த காசை நான் வாங்கலை. நான் செஞ்சது குற்றம்ங்கிறதுனால மேல் முறையீட்டுக்குக்கூடப் போகலை. என்னோட கூட்டாளிகளெல்லாம் இன்னும் அதே தொழிலைத்தான் செஞ்சுக்கிட்டு இருக்காங்க.

சொல்லிவிட்டு, 'தீப்பெட்டி இருந்தா குடுங்க' என்று பக்கத்தில் இருந்தவரிடம் கேட்டு வாங்கி, பீடியைப் பற்றவைத்தான் மகேஷ்.

நாங்கள் சிறைக்கு வந்து நான்கு நாள்கள் ஆகியிருந்தன. ஆனால் அதுவரைக்கும் எங்களை யாருமே 'மனு' பார்க்க வரவில்லை. நான் அப்பாவிடம் பெங்களூரு செல்வதாகச் சொல்லி இருந்தேன். சரி, மற்றவர்களின் வீட்டிலிருந்தாவது வந்திருக்கலாம் இல்லையா? இப்படி யோசித்துக் கொண்டிருந்தேன்.

'ஜோதி! அப்பா பேரு பாண்டுரங்கன்!' என்று குரல் கொடுத்தார் ஒரு கன்விக்ட் வார்டர்.

'என்னை யார் பார்க்க வந்திருப்பார்கள்? அப்பாவுக்குத் தெரிஞ்சி போச்சா' என்று ஓட்டமும் நடையுமாக நேர்காணல் நடக்கும் இடத்துக்குச் சென்றேன். வெங்கடேசன், பாபு, குமார், குணா, ஷாஜகான் எல்லோரும் அங்கே இருந்தார்கள். எங்களைப் பார்ப்பதற்கு எழிலின் மனைவி வந்திருந்தார். எல்லோருக்கும் புதிய துணிகள், பேஸ்ட், பிரஷ், சோப்பு, பீடி, சிகரெட், பழம் என ஒருவாரத்துக்குத் தேவையானவை எல்லாவற்றையும் வாங்கி வந்திருந்தார். வழக்கறிஞர் ராஜாவும் அவரோடு வந்திருந்தார்.

சிறைக்குள் இருக்கிற தண்டனைகூட பெரிதில்லை. ஆனால் உறவினரை நேர்காணலில் சந்திப்பதுதான் மிகப்பெரிய தண்டனை. ஒரே நேரத்தில் நூறு பேர் சிறிய அறைக்குள் பேசினால் எப்படி இருக்கும்? அதுதான் அங்கே நடந்து கொண்டிருந்தது. கைதிக்கும் பார்வையாளருக்கும் இடையே ஒரு மீட்டர் இடைவெளி இருக்கும். இரண்டு பேருக்கும் நடுவே இரண்டு கம்பி வலை இருக்கும். முகத்தை சரியாகப் பார்க்க முடியாது. வந்தவரை அடையாளம் தெரிந்துகொள்ளலாம். ரொம்பச் சத்தமாகப் பேசினால்தான் ஒருவர் பேசுவது மற்றவருக்குக் கேட்கும்.

நாங்களாவது பரவாயில்லை. புதிதாகத் திருமணமான ஒரு வரைப் பார்க்க அவருடைய மனைவி வந்திருந்தார். அவர்களால் மனம்விட்டுப் பேசக்கூட முடியவில்லை. அன்றைக்கு எழிலின் மனைவி எங்கள் செலவுக்காக ஆயிரம் ரூபாய் கொடுத்தார். முழுப்பணமும் எங்கள் கைக்கு வரவில்லை. சிறைக்காவலர் 100 ரூபாய் எடுத்துக்கொண்டு 900 ரூபாய் தான் கொடுத்தார். 1000 ரூபாய்க்கு 100 ரூபாய் கமிஷன் அந்த 900 ரூபாயை வாங்கி எண்ணியபோது 100 ரூபாய் நோட்டில் காந்தி அட்டகாசமாகச் சிரித்துக்கொண்டிருந்தார்.

எழிலின் மனைவி போனபிறகு, அனெக்ஸுக்கு வந்து சேர்ந்தோம். அவர் வாங்கிவந்திருந்த பொருள்களை வைத்து விட்டு, டீ குடிக்கப் போனோம். இனி சுதந்தரமாகத் திரியலாம். கையில் பணம் வந்துவிட்டது. கொஞ்சம் தெம்பாகக்கூட இருந்தது. எதிரே. ஒருவர் நடந்துவந்தார். அவரை செய்தித் தாளில் அடிக்கடி பார்த்த ஞாபகம். தலைமுடியை வாரி நடு உச்சியில் ஒரு குடுமி போட்டிருந்தார். சட்டென நினைவுக்கு வந்துவிட்டது. அட! இவர் பிரேமானந்தா சாமியாச்சே!

'இங்க வந்து நாலு நாள் ஆகுது. இதுவரைக்கும் இவரைப் பாக்காம விட்டுட்டோமே!' என்று வருத்தப்பட்டேன். பக்கத்தில் டீ குடித்துக்கொண்டிருந்த ஒருவர் ஆயுள் தண்டனை கைதி மெல்லிய குரலில் சொன்னார்.

'சாமி செல்லவிட்டுட்டு வெளியவே வரமாட்டாரு தம்பி. வாரா வாரம் வியாழக்கிழமை அன்னிக்கி அவங்க ஆசிரமத்து ஆளுங்க வருவாங்க. அன்னிக்குபூரா அவருக்கு மனு ரூம்லதான் வேலை இருக்கும். ஆசிரமத்து கணக்கு வழக்கு பாக்கிறது. ஆளுங்களை வேலைக்கு வைக்கிறதுன்னு ஒட்டுமொத்த நிர்வாகமும் இங்கேயிருந்தே நடக்கும். வியாழக்கிழமையானா, கடலூர் ஜெயில்ல வேலை பாக்கறவங்களுக்குச் சம்பளத் தேதி மாதிரிதான். சாமி கையில வியாக்கிழமைன்னா கத்தை கத்தையா பணம் இருக்கும். சாமி எப்ப தண்டனை வாங்கி இங்க வந்தாரோ, அன்னிக்கே ஆசிரமத்தோட ஆபீஸ் இந்த ஜெயிலுக்குப் பக்கத்துல இருக்கற ஒரு கட்டடத்துக்கு வந்துடுச்சு. அதுவும் சொந்தக் கட்டடம். என்னமோ, ஏதோ பண்ணிட்டு ஜெயிலுக்குள்ள வந்துட்டாரே தவிர, சாமி ரொம்ப நல்லவரு. யாருக்காவது கஷ்டம்னா உடனே உதவி பண்ணுவாரு. இங்க ஜெயிலுக்குள்ள வந்த சிலபேரு ஜாமீன் எடுக்கக்கூட வசதியில்லாத நிலைமைல இருந்தாங்க. அவங்களை சாமி தன்னோட ஆளுங்க மூலமா ஜாமீன்ல எடுத்து உதவிசெஞ்சாரு. தண்டனைக் கைதிகளுக்கு ஏதாவது குடும்பக் கஷ்டம்னா பண உதவியெல்லாம் செய்வாரு. உள்ள இருந்த குற்றவாளிங்க வெளியே போறப்போ பல பேருக்கு வேலையே போட்டுக் குடுத்திருக்காரு. எப்பிடிப் பாத்தாலும் சாமியால் பலபேரு பொழப்பு ஓடத்தான் செய்யுது.'

மத்திய சிறைக்குள் எதிர் எதிர் கோஷ்டிகள் ஒரே வழக்கில் உள்ளே இருந்தாலும் மோதிக்கொள்ள மாட்டார்கள். அவரவர்

வேலைகளைப் பார்த்துக் கொண்டிருப்பார்கள். எப்போதாவது நிலைமை கையைமீறிப் போகும்போதுதான், மோதல் வரும். அந்த மாதிரி சமயங்களில் சிறையில் அலாரம் வைத்து விடுவார்கள். அலாரம் ஒலிக்கும்போது யாரும் வெளியில் நடமாடக் கூடாது. அவரவர் அறைக்குள் ஓடிப் பதுங்கிவிட வேண்டும். சிறைத் துறையினர் அந்த நேரத்தைப் பயன்படுத்தி வேண்டாத கைதிகளைத் தேடிப்பிடித்து, அடித்து துவம்சம் செய்துவிடுவதும் உண்டு. அப்படி ஒரு சம்பவம் சென்னை சென்ட்ரல் சிறையில் 1999 ல் நடந்தபோது அங்கிருந்தவர், பீட்டர். பிறகு அவரை (கலவரத்தில் ஈடுபட்டதாகக் கூறி) தண்டிப்பதற்காகக் கடலூர் சிறையில் அடைத்தது சிறைத் துறை. நான் பீட்டரைச் சந்தித்தேன்.

இருவரும் பொதுவாகக் கொஞ்ச நேரம் பேசிக்கொண்டிருந் தோம். எப்படி ஆரம்பிப்பது என்று எனக்குத் தெரியவில்லை. ஆனாலும் விஷயத்தைக் கேட்டுவிடுவது என்ற முடிவில் இருந்தேன் நான். 'அண்ணே! அந்த சென்ட்ரல் ஜெயில் கலவரம் எப்பிடி நடந்துச்சு. கொஞ்சம் விளக்கமாச் சொல்லுங்களேன்' என்று அவரிடமே ஒரு கட்டத்தில் கேட்டுவிட்டேன். அவர் என்னை உற்றுப் பார்த்தார். லேசாகப் புன்னகை புரிந்தார்.

'அது 1999-ம் வருஷம், நவம்பர் மாசம், பதினேழாம் தேதி. என்னால் அந்தத் தேதியை மறக்கவே முடியாது. உனக்கு பாக்ஸர் வடிவேலு தெரியுமா, கேள்விப்பட்டிருக்கியா?'

'கேள்விப்பட்டிருக்கேண்ணே.'

'அவரு சென்னை காசிமேட்டுப் பகுதியில் இருந்தாரு. அவரை குண்டர் தடுப்புச் சட்டத்துல அப்போ கைது செஞ்சிருந்தாங்க. பத்து மாசமா அவர் ஜெயில்லதான் இருந்தாரு. அவரோட வேளச்சேரி பாபு, மைலாப்பூர் நாகராஜ் இவங்களும் இருந்தாங்க. ஏதோ பிரச்னை. இவங்க மூணு பேரையும் அப்போது சென்னை துணைச் சிறை அலுவலர் (டெபுட்டி ஜெயிலர்) அடிச்சு நொறுக்கிட்டார். மூணுபேரும் மிக மோசமா அடிவாங்கி விருந்தாங்க,

இந்த நிலைமையில 17 ம் தேதி அதிகாலையிலே பாக்ஸர் வடிவேலுக்கு ரொம்ப முடியலைன்னு சொல்லி பொது மருத்துவமனைக்குக் கூட்டிட்டுப் போனாங்க. இந்தத் தகவல் கிடைச்சதும் எல்லாக் கைதிகளும் ஒண்ணு கூடிட்டாங்க. பாக்ஸர்

வடிவேலு இறந்துபோன தகவலும் கிடைச்சுடுச்சு. அவரு இறந்ததற்குச் சரியான காரணம் சொல்லணும்னு எல்லாக் கைதிகளும் ஒன்னுகூடி சத்தம் போட்டாங்க.

அப்போது சென்ட்ரல் ஜெயிலின் சிறை அதிகாரியாக இருந்தவர் ஜெயக்குமார். ஒரு கட்டத்துல அவரைப் பாத்துக் கைதிங்க கத்த, அவர் கோபமாகிக் கைதிகளைத் தாக்க ஆரம்பிச்சுட்டாரு. கைதிகள் எல்லாரும் மறுபடியும் ஒண்ணாச் சேந்து, ஜெயில் கட்டடம் மரத்து மேல எல்லாம் ஏறி, கோஷம் போட ஆரம்பிச்சுட்டாங்க. கலவரத்திலும் ஈடுபட்டாங்க. கைதிகள் ஒண்ணா சேந்து தாக்கினதுல அதிகாரி ஜெயக்குமார் கொலை செய்யப்பட்டுட்டார். அதுக்கப்புறம் அதிரடிப்படை வந்து இறங்கிச்சு. கைதிகள் மேல துப்பாக்கிச் சூடு நடந்தது. அதுல பதினோரு கைதிகள் இறந்து போனாங்க. 95 கைதிகளும் 80 சிறைக் காவலர்களும் காயமடைஞ்சாங்க. இந்தச் சம்பவம் தமிழகத்தையே உலுக்கிப் போட்டுடுச்சு. இந்தக் கலவரத்தில் ஈடுபட்டேன்னு சொல்லி, என்னை கடலூர் சிறைக்கு மாத்திட்டாங்க.'

பீட்டர் சொல்லச் சொல்ல நான் அதிர்ந்துபோனேன். நான் ஜெயிலில் இருக்கும்போது, இப்படி கலவரம் எதுவும் நடந்தால் என்ன செய்வது என்று அன்று முழுக்க நான் பயந்தபடி யோசித்துக்கொண்டிருந்தேன்.

கொஞ்சம் கொஞ்சமாகச் சிறைக்குள் எனக்குத் தூக்கம் பழகிவிட்டது. கழிப்பறைக்குப் பக்கத்தில்தான் எனது படுக்கை. மூத்திரக்கவுல் வாசனைகூட மரத்துப் போய்விட்டது. சில நாள்கள் இரவில் செந்தில் வருவான். ஏதாவது கதை பேசுவான். அதிலும் அதிகமாக அவனுடைய அப்பாவைப் பற்றிப் பேசுவான். திடீரென்று எழுந்துபோய்விடுவான். இப்படியே என்னுடைய இரவுகள் நத்தையைப்போல நகர்ந்து கொண்டிருந்தன. ஒருநாள் காலை. கைதிகளை எண்ணும் வழக்கமான சடங்கெல்லாம் முடிந்து முடிந்து வெளியே வந்து பார்த்தால், சிறைக்குள் ஏகப்பட்ட கூட்டம். ஒரே கரை வேட்டி மயம். எல்லோரும் அரசியல் கைதிகள், ஏதோ மறியலில் கைதானவர்களாம். சிறையில் வியாபாரம் செய்யும் கைதிகளுக்கு அன்றைக்கு ஒரே கொண்டாட்டம்தான். கன்விக்ட் வார்டர்கள் பால்பவுடர்களைக் கரைத்து, டீத்தூள் போட்டு 1 ரூபாய்க்கு விற்ற டீயை மூன்று ரூபாய்க்கு விற்றார்கள்.

எங்களுக்கெல்லாம் அன்றைக்கு டீயே கிடைக்கவில்லை. டீ வந்த கொஞ்ச நேரத்தில் வடை வந்தது. ஒரு வடை மூன்று ரூபாயாம். மொய்க்கத் தொடங்கியது கூட்டம். அரசியல் கைதிகளால் கழிப்பறைகள் கூட நாசமாயின.

காலைக் கஞ்சி குடித்து முடித்ததும் குமார் முகச் சவரம் செய்ய வேண்டும் என்றார். நானும் குமாரும் சவரத் தொழிலாளியைத் தேடிச் சென்றோம். அவர் தண்டனைக் கைதி. சிறையில் கத்தியால்தான் சவரம் செய்வார்கள். கூடுதலாகப் பணம் தருபவர்களுக்கு அரைபிளேடு. மோதிர விரலுக்கும் நடுவிரலுக்கும் இடையில் அரை பிளேடை செருகி மிக வேகமாகச் சவரம் செய்வார்கள். மற்ற நாள்களில் 3 ரூபாய் சவரத்துக்காக வாங்குகிறவர் அன்றைக்கு 10 ரூபாய் கேட்டார். அரசியல் கைதிகள் வந்து குவிந்திருந்த நாள் இல்லையா? 'இந்த மாசம் எப்படியும் 500 ரூபாய்க்கு மேல வீட்டுக்குக் குடுக்கலாம்' என்றார் சவரம் செய்துகொண்டிருந்த அந்த ஆயுள்கைதி.

அரசியல் கைதிகள் வந்ததில் செந்திலுக்கு ரொம்பக் கொண்டாட்டம். அவனுக்குக் கூடுதலாக உணவு கிடைக்கும், பீடி, பழம், பிஸ்கட்கள் கிடைக்கும். என்னைப் பார்த்தவன் நின்று பேசுவதற்குக்கூட நேரமில்லாமல் சிரித்தபடி போய்விட்டான். அரசியல் கைதிகள் வந்ததால் எல்லாச் செய்தித்தாள்களும் சிறைக்குள் வந்தன. சென்ஸார் செய்யாமலேயே எல்லா பேப்பர் களையும் என்னால் படிக்க முடிந்தது. ஐந்து நாள்களுக்குப் பிறகு முழுமையாகச் செய்தித் தாள்களைப் படித்தேன்.

மதிய உணவுக்குப் பிறகு சிவாவின் அறைக்குப் போனேன். நான் போனபோது ஆயுள் தண்டனைக் கைதி ஒருவர் சிவாவிடம் ஆலோசனை கேட்டுக் கொண்டிருந்தார். அதுவும் ஒரு சோகக் கதைதான். அவருடைய மகன் முருகனுக்குப் பதினெட்டு வயது. அவனைப் பற்றி அன்றைக்கு ஒரு செய்தி வெளியாகியிருந்தது. கடலூர் கிளைச்சிறையில், ஒரு திருட்டு வழக்கில் கைதாகி உள்ளே இருப்பதாகச் செய்தி. அதைப் படித்ததிலிருந்து அரண்டு போய்விட்டார் அன்பு என்ற அந்த ஆயுள் தண்டனைக் கைதி,

அன்பு 1985-ல் ஒரு கொலை வழக்கில் ஆயுள் தண்டனை பெற்று 10 ஆண்டுகளைச் சிறையில் கழித்தவர். தன்னுடைய நிலை மையே இப்படி இருக்க, மகனும் ஜெயிலுக்கு வந்துவிட்டானே

என்கிற கவலை அவருடைய முகத்தில் அப்பட்டமாகத் தெரிந்தது. கெட்ட நண்பர்களின் சகவாசம் அவருடைய மகனை ஜெயில் வரைக்கும் இழுத்து வந்திருந்தது. சிறையில் கைதிகள் ஒருவித தண்டனையை அனுபவிக்கிறார்கள் என்றால், வெளியே இருக்கும் கைதிகளின் குடும்பத்தாரும் வேறொருவிதமான தண்டனையை அனுபவிக்கத்தான் செய்கிறார்கள். இன்னதென்று விளங்காத, விவரிக்க முடியாத தண்டனை அது.

***

5

1983-ம் ஆண்டு. அன்பு, வயது 17, அப்பா காங்கிரஸ் கட்சியில், தென்னாற்காடு மாவட்டத்தின் மாவட்டப் பொறுப்பாளர். லாரி ஷெட் வைத்து நடத்தி வந்தார். அவருக்கு இரு மனைவிகள். அக்காள், தங்கைகளான இருவரை மணந்திருந்தார் அவர். அவரிடம் சொந்தமாகப் பத்து லாரிகள் இருந்தன.பணத்துக்குப் பஞ்சம் இல்லை. அப்போது அன்பு எட்டாம் வகுப்பு ஃபெயிலாகியிருந்தான். கடலூரின் முக்கிய இடங்களில் ஊர் சுற்றுவது தான் அவனுடைய முக்கிய வேலையாக இருந்தது. செலவுக்கு வேண்டுமென்றால் அம்மாவிடம் ஏதாவது பொய் சொல்லிக் காசு வாங்குவான். அம்மா தரவில்லை என்றால் அப்பாவின் பாக் கெட்டில் கைவிடுவான். அதுவும் காலியா? லாரி புக்கிங் ஆபீஸின் கல்லாப் பெட்டியில் கை வைப்பான். அதே லாரி ஆபீஸில் வேலை பார்க்கும் ஒரு லாரி டிரைவரின் மகன்தான் அன்புக்குக் கூட்டாளி. பெயர் அசோகன்.

பணத்தை எடுப்பது, பத்து நாள், பதினைந்து நாள் என்று பணம் தீரும்வரை ஊர்ச் சுற்றுவது இதுதான் அவர்களுடைய முக்கியமான வேலை. அசோகன் சென்னையில் சினிமா கம்பெனிகளில் வேலை செய்தவன். அடிக்கடி அசோகன் வீட்டுக்குப்போவான் அன்பு. அசோகனின் தங்கைக்கும் அன்புவுக்கும் இடையில் காதல் மலர்ந்து, திருமணத்தில் முடிந்தது.

2001-ம் ஆண்டு. இப்போது அன்புக்கு 35 வயது. கன்விக்ட் வார்டர். கடலூர் மத்தியச்சிறை. இடைப்பட்ட 18 ஆண்டுகளில் அன்புவின் வாழ்க்கையில் நடக்கக்கூடாததெல்லாம் நடந்து விட்டது. இவை இரண்டையும் சொல்லிவிட்ட, அன்பு சிறை மதிலோரம் சாய்ந்து சித்த பிரமை பிடித்தவர்போல அமர்ந்து விட்டார். எனக்கு ஏன் இவரைச் சந்தித்தோம், என்னிடம் இவர் என் அழவேண்டும் என்று இருந்தது. என்னால் அந்த இடத்தில் நிற்கவே முடியவில்லை. சிவாவைப் பார்த்தேன். ‘போலாமா?’ என்று கண் ஜாடையால் கேட்டேன். சிவாவும் சைகையாலேயே ‘கொஞ்சம் இரு!’ என்றார். எனக்கு தர்மசங்கடமாக இருந்தது. அன்பு கொஞ்ச நேரத்தில் பழைய

நிலைக்குத் திரும்பினார். ‘வாங்க தம்பி! என் செல்லுக்குப் போய் மோர் குடிக்கலாம்’ என்று எங்களை அழைத்துக்கொண்டு போனார்.

அவருடைய அறைக்குப் போய் அமர்ந்தோம். எங்களுக்கு ஆளுக்கு ஒரு டம்ளர் மோர் கொடுத்தார். பெருமூச்சு விட்டுவிட்டு, சுவற்றைப் பார்த்தபடி மறுபடியும் பேச ஆரம்பித்தார்.

‘தம்பி! 17 வயசுலயே எனக்குக் கல்யாணம் ஆயிடுச்சு. 18 வயசுல எனக்கு ஒரு மகன் பிறந்துட்டான். முருகன்னு பேரு. அழகா இருப்பான். என் மச்சான் அசோகன் கூட சேர்ந்ததுதான் நான் செஞ்ச பெரிய தப்பு. அப்பாவோட லாரி ஷெட்ட மட்டும் ஒழுங்கா கவனிச்சுக்கிட்டு இருந்திருக்கலாம். சினிமா எடுக்கற ஆசையை உண்டாக்கிட்டான் அசோகன்.

அம்மாகிட்ட என்னென்னவோ சொல்லி ஒரு லட்ச ரூபா வாங்கினேன். ஆந்திரா தயாரிப்பாளர் ஒருத்தரோட கூட்டுச் சேந்தேன். அது சொத்த இது சொத்தன்னு என்னென்னவோ காரணம் சொன்னார் அவர். ஒரே மாசத்துல கையில் இருந்த பணம் முழுசும் தீந்துபோயிடுச்சு. இன்னும் மூணு லட்ச ரூபா வேணும்னு தயாரிப்பாளர் சொன்னார். பணம் புரட்டறதுக்கு வழி எதுவும் தெரியல. எங்க லாரி ஆபீஸுக்கு மேல இருந்த ரூம்ல ஒரு 35 வயது பொம்பளை குடியிருந்தாங்க. அவங்க மாடிக்குப் போகும் போதும் வரும்போதும் பாப்பேன். கழுத்து, கையின்னு நிறைய நகை போட்டுக்கிட்டு இருப்பாங்க. நானும் என் மச்சானும் அவங்களைக் குறி வச்சோம். அன்னிக்கி ராத்திரியே அவங்களோட நகையைக் கொள்ளையடிச்சோம்… சாட்சி இருக்கக் கூடாதுன்னு அவங்க கதையையும் முடிச்சுட்டோம்.

எங்க நேரம், ஒரே வாரத்துல போலீஸ் எங்களைப் பிடிச்சிடுச்சு. எங்க இரண்டு பேரோட என் மனைவியையும் கைது பண்ணினாங்க. என்ன காரணமோ, குற்றப்பத்திரிகை தாக்கல் செய்யும்போது, என் மனைவியை வழக்குல இருந்து நீக்கிட்டாங்க. 13.2.85 அன்னிக்கி கடலூர் மாவட்ட நீதிமன்றம் எனக்கும் அசோகனுக்கும் ஆயுள் தண்டனை குடுத்துச்சு. வேலூர் மத்தியச் சிறையில் அடைக்கப்பட்டோம். அப்புறம் ஒரு மாசகாலம் உயர் நீதிமன்றத்துல மேல் முறையீடு செஞ்சு ஜாமீன்ல வெளில வந்தேன்.

குடும்பம் உருக்குலைஞ்சுப் போச்சு. நடந்ததை நினைச்சுக் விட்டுட்டுக் குடும்பத்தைச் சரிப்படுத்தறதுக்கு முயற்சி செஞ்சேன். அப்போதான் ஒரு பெரிய இடி என் தலைமேல விழுந்துச்சு. உயர் நீதிமன்றமும் என்னோட ஆயுள் தண்டனையை உறுதி

செஞ்சுடுச்சு. நான் நிலை குலைஞ்சு போயிட்டேன். இன்னிக்கி வரைக்கும் என் மனைவிக்கு ஆறுதல் சொல்றதுக்குக்கூட ஆளில்லை. நான் உயிரோட இருந்தும் என் மனைவி அனாதையா வெளியே இருக்கறா. வெளியே குடும்பம் இருந்தும் அனாதையா நான் உள்ளே இருக்கேன். தகப்பன் இல்லாத பிள்ளை தறுதலைம்பாங்க. அது என் விஷயத்துல உண்மையாயிடுச்சு. என்னென்னவோ குற்றம் செஞ்சுட்டு குற்றவாளியா என் மகன் முருகன் திருட்டு கேஸுல ஜெயில்ல இருக்கான். என்ன வாழ்க்கை, போ.'

அன்புவின் கதை அன்று முழுதும் என்னைத் தொந்தரவு செய்துகொண்டே இருந்தது. சிறையில் நான் சந்தித்த கைதிகளிலேயே அன்புவை நினைத்தால்தான் எனக்குச் சங்கடமாக இருந்தது. ஆனால் இதில் பெரிய விசித்திரம் என்னவென்றால் அவரைக் கொலைக்குத் தூண்டிய அவருடைய மைத்துனர் அசோகன் இன்றுவரை தலைமறைவாகத்தான் இருக்கிறார். அன்பு மட்டும் 10 ஆண்டுகளைச் சிறையில் கழித்துவிட்டார். சிறையில் பத்து ஆண்டுகளுக்கு மேல் தண்டனையைக் கழித்தவர்களுக்குத் தமிழகத்தில் மட்டும்தான் கருணை அடிப்படையில் விடுதலை தரப்படுகிறது.

அது ஒன்று மட்டும்தான் அன்புக்கு ஆறுதல் தருகிற விஷயம். அன்பு சிறையில் 10 ஆண்டுகளுக்கு மேல் இருந்துவிட்டார்.ஹ இந்த ஆண்டு விடுதலையாகும் கைதிகளின் பட்டியலில் அவர் பெயரும் இடம் பெற்றிருக்கிறது. ஆனால் எப்போது விடுதலை என்பதுதான் தெரியவில்லை. இழந்த மானத்தை, குடும்பத்தை, வாலிபத்தை அவரால் இனி மீட்கவே முடியாது.

அன்புவிடம் பேசிக் கொண்டிருந்ததில் நேரம் போனதே தெரியவில்லை. மாலை ஐந்து மணி ஆகிவிட்டிருந்தது. அன்று மதியம் நான் சாப்பிடவே இல்லை என்பது அப்போதுதான் உறைத்தது. சிவாவிடம் சொல்லிக்கொண்டு என்னுடைய அனெக்ஸுக்குப் போனேன். சரியாக 'கவுண்டிங்' நேரத்துக்கு வந்து சேர்ந்தேன். இரவு உணவுக்குப் பிறகு வெங்கடேசன், குமார், பாபுவிடம் அந்தக்கதைகளைச் சொல்லிக் கொண்டு இருந்தேன்.

கொஞ்ச நேரம் கழித்து பாபு, 'ஜோதி! நான் ஒருத்தர்கிட்ட இன்னிக்கிக் காலையில பேசிக்கிட்டிருந்தேன். அதுவும் இதே மாதிரி மோசமான சம்பவம்தாண்டா' என்றார்.

சம்பவம் என்ற உடனே நான் எழுந்து உட்கார்ந்தேன். 'என்ன சம்பவம்?'

'அவருக்குத் திருச்சிக்கு அந்தப்பக்கம் சொந்த ஊராம். அந்த ஆளு பேரு சுரேஷோ, ராஜேஷோ சொன்னாரு. அவருக்கு ரெண்டு ஆயுள் தண்டனையாம்.'

'ரெண்டு ஆயுள் தண்டனையா? எதுக்கு?' என்றேன்.

'செய்யாத குற்றத்துக்கு ஒரு ஆயுள் தண்டனை. செஞ்ச குற்றத்துக்கு இன்னொரு ஆயுள் தண்டனை.'

'புரியற மாதிரி சொல்லுண்ணே' என்றேன்.

'முதல் குற்றம் ஒரு கொலை, அந்த நேரத்துல அவரு நண்பர்கள்கூட இருந்ததால கோர்ட்டு ஆயுள் தண்டனை கொடுத்திருக்கு.'

'கீழ் கோர்ட்டா, மேல் கோர்ட்டா?'

'கீழ் கோர்ட்டுதான். அதுக்கப்புறம் அப்பீல் பண்ணியிருக்கார். அந்த நேரத்துல அவருக்குக் கல்யாணம்வேற முடிஞ்சிருக்கு. கல்யாணம் ஆன கொஞ்ச நாள்லயே தண்டனை குடுத்திருக்காங்க. அவரோட மனைவி அடிக்கடி ஜெயிலுக்கு அவரைப் பாக்க வருவாங்களாம். அழகா இருப்பாங்களாம். அந்தப் பொண்ணு மேல ஆசைப்பட்டிருக்கார் ஒரு சிறைக்காவலர். ஜெயிலுக்கு வரும்போது, அந்தப் பொண்ணு மனு எழுதிக் குடுத்த சீட்டுலயிருந்து அட்ரஸை எடுத்து குறிச்சி வச்சிருக்காரு. அப்புறம் ஒரு நாள் அந்தப் பொண்ணோட வீட்டுக்கே போயி, அந்தச் சிறைக்காவலர் தப்பா நடக்க முயற்சி செஞ்சிருக்கார். அந்தப் பொண்ணு கலங்கிப்போயிடுச்சு. அடுத்த தடவை அந்தப் பொண்ணு 'மனு' பாக்க வந்தப்போ நடந்ததை கணவர்கிட்ட சொல்லி அழுதிருக்கு. இதைக் கேட்டதும் அவரு துடிச்சுப் போயிட்டாரு.

சரி. வருத்தப்படாதே! உனக்கு உடம்பு சரியில்லன்னு ஒரு மெடிக்கல் சர்டிபிக்கேட் வாங்கு. அதை என் பேரு போட்டு 'ஜெயிலுக்கு அனுப்பு.' அப்பிடின்னு சொல்லியிருக்காரு.

அவரோட மனைவி அதே மாதிரி செஞ்சிருக்காங்க. ஆயுள் கைதிகளுக்கு வருஷத்துக்குப் பதினஞ்சு நாள் லீவு இருக்கு. அந்த லீவுல (பரோலில்) வெளியில போகலாம். அவரு மூணு நாளு லீவு போட்டுட்டு வெளியில் வந்தாரு. அடுத்த நாளே தன் மனைவிகிட்ட தவறா நடக்க முயற்சி செஞ்ச சிறைக்காவலரை தனியா மடக்கி, கொலை செஞ்சுட்டு திரும்பவும் ஜெயிலுக்குப் போயிட்டார். அந்த வழக்குலயும் அவருக்கு ஆயுள் தண்டனை கிடைச்சிருக்கு.

இதையெல்லாம் கேக்கக் கேக்க ரொம்பக் கஷ்டமாயிருந்துச்சு' என்றார் பாபு.

'அன்று இரவு என்னால் தூங்கமுடியவில்லை. மனிதர்கள் குற்றம் செய்வதற்கான அடிப்படை என்ன? இந்தச் சிந்தனை எனக்குள் சுழன்றுகொண்டே இருந்தது. அதே சமயம் டேய் ஜோதி! கண்டதையும் நெனைச்சு குழம்பிக்கிட்டு இருக்காதே! நீ என்ன தியாகம் பண்ணிட்டா உள்ள வந்தே? பேசாமப் படு' என்று ஒரு குரல் உள்ளுக்குள் கேட்டது. எனக்கு என்னென்னவோ யோசனைகள் எல்லாம் வந்தன.

எனக்கு சின்ன வயதில் இருந்தே ஒரு ஆசை இருந்தது. எனக்குப் பத்திரிகையாளனாகவேண்டும் என்று ஆசை இருந்தது. ஒரு குர்தா போட்டுக்கொண்டு, கண்ணாடியும் ஜோல்னா பையுமாக, கையில் பேனாவைத் தூக்கிக்கொண்டு அலையவேண்டும் என்ற ஆசை. தள்ளித் தள்ளிப் போய்க்கொண்டிருந்த அந்த ஆசை நிறைவேறாமலேயே போய்விட்டது. இனிமேல் நிறை வேறுமா? ஜெயிலுக்குள் சிறைக்கம்பிகளுக்குள் இருந்து கொண்டு இது நிறைவேறுமா என்று கேட்டால், எனக்குச் சிரிப்பு வந்தது. காலையில் முதல் வேலையாக பாபு சொன்ன அந்தத் தண்டனைக் கைதியைப் பார்க்க வேண்டும் என்று முடிவு செய்துவிட்டுக் கண்ணை மூடினேன்.

அடுத்த நாள், கஞ்சி குடித்துவிட்டு பாபுவை அழைத்துக் கொண்டு அந்தக் கைதியைத் தேடிப்போனேன். 6-ம் நம்பர் பிளாக், 7-ம் நம்பர் பிளாக் என்று எங்கு தேடியும் அவரைப் பார்க்க முடியவில்லை.

எதிரே அன்பு வந்தார். அவரிடம் விவரத்தைச் சொல்லி, அவரை எங்கே பார்ப்பது என்று கேட்டோம். 'ஆபீஸ்ல கேளு ஜோதி' என்றார் அன்பு.

'ஆபீஸா?'

'ஆமா. ரெமிஷன் ஆபீஸ். அங்கதான் கைதிகளைப் பத்தின விவரம் இருக்கும்' என்றார் அன்பு. நாங்கள் ரெமிஷன் ஆபீஸர் சீனுவைப் பார்த்து, அந்தக் கைதியைப் பற்றி விசாரித்தோம். நாங்கள் சொன்னதை வைத்து அவருக்கு அந்தக் கைதியை அடையாளம் தெரிந்துவிட்டது. 'ஆமாம்ப்பா. நேத்து வரைக்கும் இங்கதாம்ப்பா

இருந்தான். இன்னிக்கிக் காலையில் சேலம் ஜெயிலுக்கு மாத்திட்டாங்கப்பா. காலையிலே கௌம்பிப் போயிட்டாம்ப்பா' என்றார்.

இப்படிக் கைதிகளை ஒரு சிறையிலிருந்து வேறொரு சிறைக்கு மாற்றுவதை 'கமான்' என்று சொல்வார்கள். சிறையில் கலகம் செய்பவர்கள், கோஷம் போடுபவர்கள், உரிமைகள் கேட்டுப் போராட்டம் நடத்துபவர்கள் இவர்களைத்தான் 'கமான்' செய்வார்கள். வேறொரு சிறைக்கு மாற்றுவதன் மூலமாக, புதிய இடம், பழகாத கைதிகள் ஆகியவற்றால் அவர்கள் மனரீதியாகப் பாதிக்கப்படுவார்கள். அதற்குத்தான் இந்த இடமாற்றம்.

மத்தியச் சிறையில் தண்டனை பெற்றுவரும் கைதிகளுக்கு ஆண்டு ஒன்றுக்கு 15 நாள் அவசர விடுமுறை உண்டு. அந்த விடுமுறையில் முக்கிய உறவினர்களின் திருமணம், மரணம், உடல்நிலை சரியில்லாத காரணங்கள் ஆகியவற்றுக்காக வழங்கப்படும். அதுவும் மொத்தமாகக் கொடுக்கமாட்டார்கள். முதலில் ஆறு நாள்களும், அடுத்து மூன்று மூன்று நாள்களாக மூன்று முறையும் விடுமுறை கிடைக்கும். அதற்கு மேலும் லீவு வேண்டுமென்றால் சிறைத்துறை அமைச்சரைத்தான் அணுக வேண்டும். பொதுவாக, ஒவ்வொரு தாலுகாவிலும் ஒரு நன்னடத்தை அதிகாரி இருப்பார். அவரிடம் சான்று பெற்றால் தான் விடுமுறை பெறமுடியும். இப்படி விடுப்பில் செல்வதை 'பரோலில் செல்வது' என்பார்கள்.

மத்தியச் சிறைகளில் ஒரு காலத்தில் தொழிற் கூடங்கள் இருந்தன. தற்போது இல்லை. வேலூர் சிறையில் ஷூ தொழிற்சாலை இருந்தது. இந்தத் தொழிற்சாலையில் வேலை செய்தவர்கள் அத்தனைபேரும் கைதிகள். ஒரு கட்டத்தில், ஷூ தொழிற் சாலையில் வேலை செய்யப் பயன்படுத்தும் உபகரணங்களை கைதிகள் ஆயுதங்களாகப் பயன்படுத்த ஆரம்பித்ததால், இந்தத் தொழிற்கூடங்கள் மூடப்பட்டன. கடலூர் மத்திய சிறையில் தறி கொட்டகையும் மர இழைப்புத் தொழிலும் நடைபெற்று வருகின்றன. கைதிகளுக்கு முடிவெட்டுதல், சவரம் செய்வது எல்லாமே சிறையில் இலவசம்தான். ஆனால் அந்த வேலை களைச் செய்பவர்களும் கைதிகளாகத்தான் இருப்பார்கள்.

சிறையில் வேலை செய்யும் கன்விக்ட் வார்டர்களுக்குத் தரப்படும் சம்பளத்தில் மூன்றில் இரண்டு பாகம் சிறைத்துறையினருக்குச்

சென்றுவிடும். மீதி உள்ள ஒரு பகுதிதான் கைதிகளின் கணக்கில் சேரும். பரோலில் செல்லும்போது, அதைப் பெற்றுக் கொள்ளலாம். பெரும்பாலும் கைதிகள் சிறைக்குள் சட்டரீதியாகச் சம்பாதிப்பதைவிட சட்டத்துக்குப் புறம்பாகச் சம்பாதிப்பதுதான் அதிகம். அதற்குக் காரணமும் அவர்களின் குடும்பச் சூழ்நிலைதான்.

கடலூர் சிறைக்குள் நாங்கள் இருந்தபோது, சிறை உணவில் அசைவம் கிடையாது. சிறைக்குள் தப்பித் தவறி நுழையும் பறவைகள்தான் அசைவம். சில கைதிகள் கையில் உண்டிவில் வைத்திருப்பார்கள். மரங்களில் அமரும் பறவைகளைக் குறிவைத்து தாக்கி, வீழ்த்தி, சமைத்துச் சாப்பிட்டுவிடுவார்கள். இரண்டாம் பிளாக்கில் மஞ்சள் நிறத்தில் மரத்தில் ஏதோ ஒன்று கட்டித் தொங்க விடப்பட்டிருந்தது. பார்ப்பதற்கு ஏதோ ஒரு விலங்குபோல இருந்தது. சிவாவிடம் ‘அது என்ன?’ என்று கேட்டேன்.

‘அதுவா? ஒண்ணுமில்ல. பெருச்சாளி’ என்றார்.

‘எதுக்கு?’ என்று கேட்டேன்.

‘வெளியில் இருக்கறப்போ ஆடு, மாடு, கோழின்னு சாப்பிடக் கிடைக்கும். ஜெயிலுக்குள்ள இருக்கறப்போ கறிக்கு எங்க போவாங்க? அதான் பெருச்சாளியப் பிடிச்சு, உரிச்சு, மஞ்சள் தடவி, காய வச்சிருக்காங்க.’

‘ஏன் மஞ்சள் தடவி வச்சிருக்காங்க?’ ‘மஞ்சள் தடவி காய வச்சா விஷம் முறிஞ்சுடும். அதான்.’

‘எப்படிச் சமைப்பாங்க?’ கன்விக்ட் வார்டர்களுக்கு வரும் தனி ரேஷன்லருந்து மிளகாய், எண்ணெய், உப்பு வாங்கி, சாப்பிடுற தட்டையே வாணலி யாக்கி, கல்லு வச்சு அடுப்பு மூட்டி, கறியைச் சமைப்பாங்க. இதுவும் தினமும் கிடைக்காது. எப்பயாவதுதான் கிடைக்கும்.’

சிறையில் கன்விக்ட் வார்டர்களுக்குத் தனி சமையலறை உண்டு. கொஞ்சம் சுமாராக இருக்கும் அவர்களுடைய சாப்பாடு.

சிறைக்குள் வசதியான கைதிகள் வந்தால் அவர்களுக்குப் பணிவிடை செய்வதற்காகவே ஏராளமான கைதிகள் இருப்பார்கள். அரசியல்வாதி, தாதா என வகை வகையான ஆள்கள் உண்டு. பெரும்பாலும் சிறைக்குள் தண்டனை பெறுகிறவர்கள் நடுத்தர

மற்றும் வறிய குடும்பத்தைச் சேர்ந்தவர்களாகத்தான் இருப்பார்கள். வசதியானவர்கள் சுப்ரீம் கோர்ட் வரைக்கும் சென்று வாதாடி, எப்படியாவது விடுதலையாகிவிடுவார்கள். செல்வாக்குதான் காரணம்.

நாங்கள் சிறைக்கு வந்து எட்டு நாள்களாகியிருந்தது. அதற்குள், நான்கு முறை எழிலின் மனைவி எங்களை 'மனு' பார்க்க வந்துவிட்டார். செலவுக்குப் பணம், பீடி, சிகரெட் என எல்லாம் போதுமான அளவில் எங்களுக்குக் கிடைத்துக்கொண்டிருந்தது. இருந்தாலும் வெளியே செல்ல வேண்டும் என்ற எண்ணம்தான் எங்களுக்கு நாளுக்கு நாள் அதிகமாகிக்கொண்டே இருந்தது. சிறையிலேயே காலம் முழுக்க இருக்க முடியுமா? கடைசியாக வழக்கறிஞர் ராஜா எங்களைப் பார்க்க வந்திருந்தார். அவரிடம் விசாரித்தோம்.

'இன்னிக்கு நம்ம ஆளுங்க எட்டுப் பேர் திருக்கோயிலூர் கோர்ட்ல சரண்டர் ஆகியிருக்காங்க. அவங்களை விழுப்புரம் சப்-ஜெயிலுக்கு அனுப்பிட்டாங்க. உங்களுக்கு பெயிலுக்கு அப்ளை பண்ணியாச்சு. இன்னும் மூணு நாள்ல உங்களுக்கு பெயில் கிடைச்சிடும்' என்று நம்பிக்கையை விதைத்துவிட்டுப் போனார் வழக்கறிஞர்.

வழக்கறிஞர் போனபிறகு, எங்களுடைய அனெக்ஸுக்குத் திரும்பினோம். இரவு உணவும் சாப்பிட்டு முடித்துவிட்டோம். ஆனால் அன்றைக்கு கவுண்டிங் நடக்கவே இல்லை. மணி ஆறைத் தாண்டியிருந்தது. அருகில் இருந்த கன்விக்ட் வார்டரிடம் கேட்டேன்.

'ஏன் இன்னும் கவுண்ட் பண்ணலை?'

'இன்னிக்கு சினிமாப் போடற நாள் தம்பி. ஒன்பது மணிக்குத் தான் கவுண்ட் பண்ணுவாங்க. எல்லோரும் போய் அந்த மைதானத்துல உக்காருங்க' என்றார் அவர்.

சிறையில் பதினைந்து நாள்களுக்கு ஒரு முறை திரைப்படம் காண்பிப்பார்கள். அன்றைக்கு 'காதல் கோட்டை' திரைப்படம் போட்டார்கள். படம் முடிந்ததும் இரவு ஒன்பது மணிக்கு கவுண்டிங் ஆரம்பித்தது. அன்று மட்டும் இரவு ஒன்பது மணிவரைக்கும் சிறையில் வெளியில் இருக்கலாம்.

மறு நாள் விடிந்தது. கவுண்டிங் முடிந்ததும், எங்களை அங்கேயே உட்கார வைத்திருந்தார்கள். அன்றைக்கு செவ்வாய்க்கிழமை நான்கு அதிகாரிகள் எங்களிடம் வந்தார்கள்.

'உங்களுக்குச் சிறையில் ஏதாவது பிரச்னை இருந்தால் எங்களிடம் சொல்லலாம்' என்றார் அந்த அதிகாரி.

'யாரு இவங்க?' என்று கிசுகிசுப்பான குரலில் அருகில் இருந்த கன்விக்ட் வார்டரிடம் கேட்டேன்.

'இவங்க குறை கேட்கற அதிகாரிங்க. கைதிகளுக்கு ஏதாவது குறையிருந்தா அதை விசாரிச்சு சரி செய்வாங்க' என்றார் அவர்.

தமிழகத்திலுள்ள எல்லா மத்தியச் சிறைகளிலும் வாரத்தில் ஒரு நாள் இப்படி குறை கேட்கப்படும். பெரும்பாலும் செவ்வாய்க் கிழமைகளில் இது நடக்கும் ஃபைல் டேட் (File Date) என்று இதைச் சொல்வார்கள், சிறை கண்காணிப்பாளர், ஒரு மருத்துவ அதிகாரி, இலவச சட்ட உதவிக்கு ஒரு வழக்கறிஞர் ஆகியோர் அந்தக் குழுவில் இருப்பார்கள். கைதிகள் பெரும்பாலும் மருத்துவரிடம்தான் குறைகளைச் சொல்வார்கள். அதுவும் உணவுக்காக.

'ஐயா! எனக்கு சுகர் இருக்கான்னு செக்கப்பண்ணனும். ரத்த அழுத்தம் பாக்கணும்' இதைத்தான் குறையாகச் சொல்வார்கள். அதுவும் சிறையில் சப்பாத்தி, பால் வாங்கிக் கொள்ள வேறுயாரிடமும் குறை சொல்ல முடியாது. பொதுவாக இந்தக் குழு வரும்போது, யாரும் குறை சொல்ல மாட்டார்கள். குறை சொல்லிவிட்டால் மீண்டும் அந்தச் சிறை அதிகாரியுடன்தான் இருக்கவேண்டும். அதனாலேயே யாரும் பயந்துகொண்டு குறை சொல்ல மாட்டார்கள். இயக்கவாதிகள், அரசியல் கட்சிகளைச் சேர்ந்தவர்கள்தான் குறை சொல்லுவார்கள். அவர்கள் யாருக்கும் பயப்படமாட்டார்கள்.

சிறையில் இருந்த இந்த எட்டு நாள்களில், கஞ்சி குடித்துவிட்டு அனெக்ஸைவிட்டு வெளியேறி, யாரையாவது சந்தித்து பேசுவதற்காகப் புறப்பட்டுவிடுவேன். அன்றைக்கு என்னால் ரொம்ப தூரம் போகமுடியும் என்று எனக்குத் தோன்றவில்லை. அருகிலேயே யாரையாவது சந்தித்தால் போதும் என்றிருந்தது. வீட்டுக் கவலை என்னைப் பிடித்துக்கொண்டிருந்தது. வழக்கறிஞர் நம்பிக்கைக் கொடுத்துவிட்டுப் போயிருந்தாலும், சிறை வாழ்க்கை என்னை பயமுறுத்தியிருந்தது. ரொம்ப நாளைக்கு என்னால் இங்கே தாக்குப் பிடிக்க முடியும் என்று தோன்றவில்லை. உடம்பு சொல் பேச்சுக் கேட்க மறுத்தது. வாய்க்கு ருசியாகச் சாப்பாடு வேண்டும் என்று நாக்குக் கேட்க ஆரம்பித்திருந்தது. எல்லாவற்றுக்கும்

மேலாக நிம்மதியாகப் படுத்துத் தூங்கவேண்டும் என்று ஏங்க ஆரம்பித்திருந்தேன்.

அன்றைக்கு நான் மூர்த்தி என்பவரைப் பார்த்தேன். அவர் செங்கல்பட்டு மாவட்டத்தைச் சேர்ந்தவர். முதலில் சந்தேக வழக்கில் கைது செய்யப்பட்டு சென்னை சென்ட்ரல் ஜெயிலில் வைக்கப்பட்டிருக்கிறார். அவரை ஜாமீனில் எடுக்க ஆள் இல்லாததால், ஒரு பெரிய கிரிமினல் இவரை ஜாமீனில் எடுத்திருக்கிறார். ஜாமீனில் எடுத்த விசுவாசத்துக்காக வெளியே வந்ததும் மீண்டும் அந்த குரூப்புடன் தொடர்பை ஏற்படுத்திக் கொண்டிருக்கிறார்.

அவர்களுடன் எல்லாக் குற்றங்களுக்கும் உடந்தையாக இருந்து பல்வேறு வழக்குகளில் சேர்க்கப்பட்டு, மிகப்பெரிய குற்றவாளியாக மாறிய அவர், இன்றைக்கு போலீஸ் என்கவுண்டருக்குத் தயாராகுமளவுக்கு வளர்ந்துவிட்டிருந்தார் அவர். இப்போது உயிரைக் காப்பாற்றிக் கொள்ள வேறு வழியில்லாமல் தானாகவே சரணடைந்து சிறைக்கு வந்திருந்தார் அந்தக் கைதி, சில சமயங்களில் சிறைக்குள்ளேயே, வெளியே செய்ய வேண்டிய கொலை, கொள்ளைக்கான திட்டமிடல்களும் நடக்கும். இதைச் சிறைக் கைதிகள் ‘அசைன்மெண்ட்’ என்பார்கள். ஜாமீன் எடுக்க ஆள் இல்லாத இளம் குற்றவாளிகளை இந்த அசைன்மெண்ட்டுகளுக்குப் பயன்படுத்துவார்கள். அப்படிப் பயன்படுத்தப்படும் இளம் குற்றவாளிகள், பின்னாளில் பல்வேறு குற்றங்களில் ஈடுபட்டு தாதாவாகியிருக்கிறார்கள். தாதாவான பிறகு, என்கவுண்டரை எதிர்பார்த்தே அவர்களுடைய வாழ்க்கைக் கழியும்.

அன்றைக்கு அன்புவிடம் ஒரு சந்தேகம் கேட்டேன். ‘அண்ணா! இங்க ஜெயில்ல நம்மளோட தீபாவளி, பொங்கல், குடியரசு தினம் மாதிரியான விழாக்களைக் கொண்டாடுவீங்களா?’ என்று கேட்டேன்.

‘ஜெயில்ல தீபாவளி, பொங்கல் எல்லாம் கிடையாது. ஆனா சுதந்தர தினம், குடியரசு தினம், காந்தி ஜெயந்தி போன்ற நாள்களை சிம்பிளா கொண்டாடுவாங்க. சினிமாவுல காட்டுறது மாதிரி கைதிங்களை வரிசையா நிக்கவச்சு, கொடியேத்தி, சுவீட் குடுக்கறதெல்லாம் நடக்காது. ஏதாவது பல்கலைக்கழகம், பள்ளிகளிலிருந்து யாராவது வருவாங்க. சில சமயம் சிறைத்துறை

ஐ.ஜி.கூட வருவார். தமிழ்த்தாய் வாழ்த்துப் பாடுவாங்க. வந்தவங்க ஏதாவது ரெண்டு வார்த்தைப் பேசிட்டு போயிடுவாங்க.'

'எல்லாக் கைதிகளும் கலந்துக்குவாங்களா?'

'கலந்துக்கணும். அதான் விதி. ஜெயில்ல இருக்கற போராளிகளும் கைதிகளும் இது மாதிரியான நிகழ்ச்சிகள்ல கலந்துக்க மாட்டாங்க.'

அடுத்த நாள் வழக்கறிஞர் எங்களைப் பார்க்க வந்திருந்தார். நான் உள்பட ஒன்பது பேருக்கு ஜாமீன் கிடைத்திருக்கிறது என்று சொன்னார். 'விடுதலை!- இந்த வார்த்தையை எனக்கு நானே உச்சரித்துப் பார்த்துக்கொண்டேன். அன்று மாலையே வெளியே போகிறோம் என்று சொன்னார்கள். எனக்குச் சந்தோஷம் தாங்கவில்லை. ஆனால் அதை என்னால் முழுமையாக வெளிப்படுத்த முடியவில்லை. காரணம் என்னுடன் கைதான சிலருக்கு ஜாமீன் கிடைக்கவில்லை.'

வெளியே போகப்போகிறோம் என்கிற சந்தோஷத்தில் சாப்பாடு கூட சாப்பிடப் பிடிக்கவில்லை.

இருந்த கொஞ்சநாளில் சிறையில் பழகியவர்களிடம் சொல்லி விட்டு வரலாம் என்று புறப்பட்டேன். எதிரில் கன்விக்ட் வார்டர் அன்பு வந்தார்.

'அண்ணா எனக்கு ஜாமீன் கிடைச்சிடுச்சு. போயிட்டு வரேண்ணா' என்றேன்.

'அய்யய்யோ! ஜோதி! அப்படிச் சொல்லக் கூடாது. இது வந்து போகக்கூடிய இடமில்ல. வரக்கூடாத இடம். இது மாதிரி யார்க்கிட்டேயும் சொல்லாதே' என்றார்.

கைதிகள் யாராக இருந்தாலும் மீண்டும் சிறைக்கு வருவதை விரும்புவதில்லை. அப்படி ஒரு நல்ல எண்ணம் மோசமான கைதிகளிடமும் இருந்ததை அன்று கவனித்தேன்.

அன்றைக்கு நேரம் போனதே தெரியவில்லை. மாலை 4 மணி இருக்கும். வெங்கடேசன், கோபால், ஜோதி, ஷாஜகான், குமார், பாபு, விஜி, குணா, கராத்தே செல்வம் ஒன்பது பேர் பேரையும் வாசித்து முடித்தார் சிறை அதிகாரி. சிறைக்குள் வந்தபோது சோதித்த மாதிரி இப்போதும் சோதித்தார்கள். ஆனால் சோதனையின்போது எங்களை நிர்வாணப்படுத்தவில்லை. சோதனை முடிந்தது. திட்டி

வாசல் திறந்தது. தலையை வெளியே நீட்டி காலை மண்ணில் பதித்தேன். சுதந்தரக் காற்றை சுவாசிக்க சுகமாக இருந்தது. அடுத்த கணம், வீட்டு நினைவு வந்தது. உடனே வீட்டுக்குச் செல்லவேண்டும், அம்மா, அப்பாவைப் பார்க்க வேண்டும் என்கிற எண்ணம் மேலோங்கி யிருந்தது. சிறையைவிட்டு வெளியே வந்து சற்றுதூரம் நடப்பதற்குள்ளேயே நான் அத்தனை நாள் சிறையில் இருந்ததைச் சுத்தமாக மறந்துபோனேன். எங்களை அழைத்துச் செல்ல ஒரு சுமோ வந்திருந்தது. வழக்கறிஞர் ராஜா வந்திருந் தார். சுமோ புறப்பட்டது. கொஞ்ச தூரம் போய், மறைவாக ஒரு ஏரிக்குள் சென்று நின்றது சுமோ. அங்கே எழில் வேறொரு காரில் வந்து எங்களுக்காகக் காத்திருந்தார். எங்களைப் பார்த்து சந்தோஷமாகக் கையை ஆட்டிச் சிரித்தார். இன்னமும் அவரை போலீஸ் தேடிக்கொண்டுதான் இருந்தது. போலீஸ் கண்களில் மண்ணைத் தூவுவதில் கில்லாடி இந்த எழில். உண்மையில் போலீஸ்காரர்களுக்கு அவர் எங்கிருக்கிறார் என்பது தெரிந் திருந்தாலும் நெருங்கப் பயப்படுவார்கள்.

'துரை! அந்த மிக்சர், டீயை எடுத்து பசங்களுக்குக் குடுடா. பாவம் பத்து நாளைக்கு மேல ஜெயில்ல இருந்துட்டு வந்திருக்கானுங்க' என்று தனது டிரைவரைப் பார்த்துச் சொன்னார் எழில்.நாங்கள் டீயும் மிக்சரும் சாப்பிட்டு முடித்தோம். கொஞ்சநேரம் ஏதேதோ பேசிக்கொண்டிருந்தார் எழில். பிறகு வழக்கறிஞர் ராஜா ஒரு விஷயத்தைப் போட்டு உடைத்தார்.

'இங்க பாரு ஜோதி! உங்க ஒம்பது பேருக்கும் கண்டிஷன் பெயில்லதான் ஜாமீன் குடுத்திருக்காங்க. அதாவது திருவண்ணாமலையில் தங்கியிருக்கணும். தினமும் சாயந்திரம் போலீஸ் ஸ்டேஷனுக்குப் போய் கையெழுத்துப் போடணும்.'

'இப்ப வீட்டுக்குப் போங்க! நாளைக்கிக் காலையில திருவண்ணாமலைக்குப் போகணும். ஜோதி! வக்கீல்கிட்ட ஆர்டரை வாங்கிக்கோ. ஊருக்குள்ள பத்திரமா இருங்க. நீங்க கண்டிஷன் பெயில்ல ஸ்டேஷன்ல கையெழுத்துப் போடறத வச்சிதான் எங்களுக்கு பெயில் கிடைக்கும். பார்த்து நடந்துக்கோங்க' என்றார் எழில்.

ஏரியிலிருந்து எங்களுடைய சுமோ புறப்பட்டது. எழிலின் கார் வேறொரு திசையில் விரைந்தது. நாங்கள் விழுப்புரம் வந்து சேர்ந்தோம். நான் இரைதேடியபின் கூட்டுக்கு விரையும் பறவை போல வீட்டுக்கு ஓடினேன்.

***

6

உண்மையில் நான் ஊரிலிருந்தபோது எனக்கு வீட்டுக்குப் போகவேண்டும் என்றே தோன்றாது. எப்போதும் எழிலின் உடற்பயிற்சி நிலையத்திலேயே பழியாகக் கிடப்பேன்.

ஆனால், ஜெயிலில் இருந்த ஒவ்வொரு நாளும் என்னை வீட்டு நினைவுதான் வாட்டிக் கொண்டிருந்தது. வீட்டில் நான் ஜெயிலில் இருந்தது யாருக்கும் தெரியாது. அப்பாவிடம் நான் பெங்களூருவில் தங்கியிருந்ததாகச் சொன்னதை அவர் நம்பிவிட்டார். ஆனால், என் மீது வழக்கு இருப்பதையும் ஜாமீன் கிடைத்துவிட்டதையும், திருவண்ணாமலையில் தங்கி கையெழுத்துப் போட வேண்டும் என்பதையும் சொல்லிவிட்டேன்.

'சரி. பாத்து இருந்துக்கோ. என்னா பண்றது? இதெல்லாம் நமக்குத் தேவையா? எங்கயாவது ஒழுங்கா, ஒரு ஓர்க் ஷாப்புல வேலைக்குப் போயிருந்தாலாவது இந்நேரம் மெக்கானிக்கா ஆயிருந்திருப்பே. தெனம் 50 ரூபாய் கூலியாச்சும் கிடைச்சிருக்கும். அத வுட்டுட்டு பஞ்சாயத்துப் பண்றேன், தீர்ப்பு சொல்றேன்னு ஏண்டா உனக்கு இந்தத் தேவையில்லாத வேலை?'

இது கேட்கவேண்டிய நேரம். எனவே பதில் பேசாமல் தலை குனிந்து அப்பா சொன்னதைக் கேட்டுக்கொண்டேன்.

குளித்துவிட்டு, உடைமாற்றிக்கொண்டு வந்தேன், உணவு தயாராக இருந்தது. தோசை, ஏதோ பத்தாண்டுகளுக்கு முன்பு தோசையைப் பார்த்ததுபோல இருந்தது எனக்கு, வேக வேகமாகச் சாப்பிட்டேன். அம்மா சுடச்சுட தோசை ஊற்றிக் கொடுக்க இன்னும் இன்னும் என்று சாப்பிட்டேன். அப்பா பார்த்துக்கொண்டேஇருந்தார். இன்னும் அதிகமாகச் சாப்பிட்டால், பையன் சோத்துக்குக் கஷ்டப்பட்டிருக்கான் என்று நினைத்து மனத்துக்குள் வருத்தப்படுவார்.

'போதும்மா' என்றேன்.

'ஏண்டா இன்னும் ரெண்டு சாப்பிடேன்' பத்துநாள், பதினைஞ்சி நாள்னு எங்கேயோ போறே, வர்றே, வீட்டுக்கு வந்தா நாலுவாய் நல்லா சாப்பிடலாம் இல்ல.'

'இல்லம்மா. இப்பதான் மூணு மணிக்கு இடியாப்பம் சாப்பிட்டேன். வயிறு ஒருமாதிரியா இருக்கு. போதும்மா' என்றேன்.

அன்று இரவு நிம்மதியாகத் தூங்கினேன். அடுத்த நாள் காலை வீட்டில் சொல்லிக்கொண்டு புறப்பட்டேன். குறிப்பிட்ட இடத்தில் எல்லோரும் காத்திருந்தார்கள்.

திருவண்ணாமலைக்குப் போய் எங்கே தங்குவது என்று எல்லோருக்குமே குழப்பமாக இருந்தது. வெங்கடேசனிடம் எழில் பத்தாயிரம் ரூபாய் பணம் கொடுத்து, ஒரு வேனும் ஏற்பாடு செய்திருந்தார். திருவண்ணாமலை, விழுப்புரத்திலிருந்து 75 கி.மீ. தூரம்தான். விழுப்புரத்துக்கு மிக அருகே இருந்தாலும் அதுவரை நான் அங்கே போனதில்லை. திருவண்ணாமலையில் திருவள்ளுவர் சிலை அருகே வண்டியை நிறுத்தினோம். மூன்று பேர் எங்களை வரவேற்றார்கள். தங்களை அறிமுகப்படுத்திக்கொண்டார்கள். கார்த்தி, ஸ்ரீதர், குழந்தைவேல் என்பது அவர்களுடைய பெயர்கள்.

'எழிலண்ணன் உங்களைப் பத்தி சொல்லியிருக்கார், உங்களுக்குத் தங்கறதுக்கு இடம், சாப்பாடு எல்லாம் ஏற்பாடு செஞ்சிருக்கோம். அதோ அங்க எதிர்ல மாடியிலதான் நீங்க தங்கணும். கீழே ஹோட்டல்ல சாப்பிட்டுக்கலாம். வாங்க மேலே போகலாம்' எங்களை அழைத்துச் சென்று வசதியான ஒரு அறையில் தங்க வைத்தனர்.

ரெளடிகள் வெளியூரில் சென்று தங்கும்போது, மிகுந்த எச்சரிக்கையோடு இருந்தாக வேண்டும். அந்த ஊரில் யாராக இருந்தாலும், நமது நண்பர்களாகவே இருந்தாலும் நம்முடைய பலம்தான் அவர்களுக்குத் தெரியவேண்டுமே தவிர, பலவீனம் தெரிந்துவிடக் கூடாது. இதை எழில் அடிக்கடி சொல்வார்.

அன்று மாலை 5 மணிக்கு போலீஸ் ஸ்டேஷனுக்குப் போனோம். அருணாச்சலேஸ்வரர் கோயிலுக்குப் பக்கத்தியிலேயே இருந்தது போலீஸ் ஸ்டேஷன். எந்த நேரமும் கூட்டமும் நெரிசலுமாக இருக்கும் இடம். கிரிவலம் செல்வதற்குப் பிரதான பாதையும் அங்கிருந்துதான் ஆரம்பித்தது. நான் தலைமைக் காவலரின் முன்னால் போய் நின்றேன்.

'ஐயா! வணக்கம்.'

'யார் நீ?'

‘நாங்க விழுப்புரத்துலருந்து வர்றோம். ஜாமீன்ல வந்திருக்கோம் கண்டிஷன் பெயில் போட்டிருக்காங்க. நம்ம ஸ்டேஷன்லதான். அதான்...’ என்றபடி பெயில் ஆர்டரை நீட்டினேன்.

அவர் அதை வாங்கிப் பார்த்துவிட்டு, ‘இருங்க.. இன்னும் கொஞ்ச நேரத்துல எஸ்.ஐ. வந்திடுவாரு குடுத்துட்டு, கையெழுத்துப் போடுங்க’ என்றவர், ‘தம்பி, பக்கத்து கடையில போயி ரெண்டு வடை வாங்கிக்கிட்டு ஒரு குயர் ஒயிட் பேப்பரும், கருப்பு மை பேனா ரெண்டும், அரை பாக்கெட் ஃபில்டர் கோல்ட் ஃபிளேக் சிகரெட்டும் வாங்கிட்டு வா’ என்றார். எனக்குத் தெரிந்து ஐந்து வருடங்களாகப் பல காரணங்களுக் காகப் போலீஸ் ஸ்டேஷனுக்குப் போய் வருகிறேன் ஒரு குயர் ஒயிட் பேப்பர். இரண்டு பேனா வாங்கினால் வருஷத்துக்கு மூன்று லாரி லோடு, ஏத்தலாம். ஒரு போலீஸ் ஸ்டேஷனில் அவ்வளவு பேப்பரை வாங்கி என்னதான் பண்ணுவார்களோ! அவர் கேட்ட வடை, பேப்பர், பேனா, சிகரெட்டை வாங்கி வந்து கொடுத்தேன். கொஞ்ச நேரத்தில் எஸ்.ஐ. என்ஃபீல்டு மோட்டார் பைக்கில் வந்து இறங்கினார். வண்டியை நிறுத்திவிட்டு நேராகத் தன் அறைக்குச் சென்றுவிட்டார். நாங்கள் உள்ளே சென்றோம்.

‘ஐயா! நாங்க விழுப்புரம். ஒரு அடிதடி கேஸ்ல ஜாமீன்ல வந்திருக்கோம். கண்டிஷன் பெயில். இந்த ஸ்டேஷன்லதான் கையெழுத்துப் போடணும்’ என்றேன்.

‘என்ன கட்சிடா நீங்க?’ சப் - இன்ஸ்பெக்டர் பார்த்த பார்வையில் கொஞ்சம்கூட சிநேகம் இல்லை.’

‘...........’ சொன்னோம்’

‘அஞ்சு வருஷம் ஆட்சி செஞ்ச திமிருடா உங்களுக்கு. சும்மாவே இருக்க மாட்டீங்களா? எல்லாம் கைய கட்டிக்கினு நில்லுங்கடா. யோவ் ஏட்டு! இவனுங்க எல்லார்க்கிட்டயும் கையெழுத்து வாங்கிக்கினு இவனுங்க எங்க தங்கியிருக்கானுங்கன்னு அட்ரஸ் எழுதி வாங்கிக்கோ’ என்றார்.

எங்களிடம் கையெழுத்து வாங்கிக்கொண்டு நாங்கள் தங்கியிருந்த முகவரியை எழுதிக் கொண்டார்கள். நாங்க புறப்படத் தயாரானோம்,

‘டேய்! இங்க வாங்கடா. என்னமோ வந்தீங்க, கையெழுத்துப் போட்டீங்க, மிராசுதாரர் மாதிரி கிளம்பிட்டீங்க? தலைக்குப் பத்து

ரூபா கணக்குப் பண்ணி நூறு ரூபா குடுத்துட்டுப் போங்கடா' என்றார் அந்த எஸ்.ஐ.

குமார் நூறு ரூபாயை எடுத்துக் கொடுத்தார். நாங்கள் ஸ்டேஷனைவிட்டு வெளியே வந்தோம். நாங்கள் தங்கியிருந்த இடத்துக்குப் போனோம். இரவுச் சாப்பாட்டை சாப்பிட்டுவிட்டு அறையில் படுத்திருந்தோம். ஒரே புழுக்கம். இந்த அறைக்கு சிறையே பரவாயில்லை என்பதுபோல இருந்தது. 'மொட்டை மாடிக்கிப் போய்ப் படுக்கலாமா?' என்று நான் கேட்டதும். எல்லோரும் அதற்காகவே தயாராக இருந்ததுபோல எழுந்து கொண்டார்கள். மொட்டை மாடியில் மலைக்காற்று சுகமாக இருந்தது. கொஞ்ச நேரம் கண் அயர்ந்திருப்போம்.யாரோ தட்டி எழுப்பினார்கள்.கறுப்பான ஓர் உருவம் நின்றுகொண்டிருந்தது. எழுந்து பார்த்தேன்.

'யாருங்க?' என்றேன்.

'போலீஸுய்யா ஐயா வந்திருக்காரு. எல்லாரையும் கீழே வரச்சொல்றாரு' என்றார் அந்த போலீஸ்காரர்.

இரவு மணி பன்னிரண்டைத் தாண்டியிருந்தது. எல்லோரும் கீழே சென்றோம். எஸ்.ஐ. நின்று கொண்டிருந்தார்.

'டேய்! எல்லாரும் ஒழுங்கா இருக்கணும், தெரியுமில்ல? இது விழுப்புரமில்ல. நினைவுல வச்சிக்கங்க. மோசமான ஊரு. அதுவும் நான் எஸ்.ஐ.யா இருக்கிற ஊரு. இங்க வந்து திருட்டு வேலை செஞ்சு மாட்டினீங்க. அவ்வளவுதான் கடவாயைப் பேத்துடுவேன். நான் எப்ப வேணும்னாலும் இங்க வருவேன். வர்றப்போ எல்லாப் பயலும் இங்கதான் இருக்கணும். தெனோமும் கையெழுத்துப் போட்டுட்டு என்னை பாத்துட்டு தான் போகணும். புரியுதா?' இப்படி மிரட்டிவிட்டு தன் என்ஃபீல்டில் ஏறிப் போனார் அந்த எஸ்.ஐ.

அன்று இரவு முழுவதும் எங்களுக்குத் தூக்கமே வரவில்லை. அதுவும் அந்த ஆள் திருட்டு, கொள்ளை என்று வேறு பேசுகிறான். நம்மைக் கொள்ளை அடித்த வழக்கு எதிலாவது சேர்த்துவிடப்போகிறான் என்று இருந்தது எனக்கு.

எங்கள் குரூப்பில் இருப்பவர்கள் கட்டப் பஞ்சாயத்து, கள்ளச் சாராயம், அடிதடி என்று போவார்களே தவிர, யாருக்குமே திருடுகிற பழக்கம் இல்லை. திருட்டுக் குற்றவாளிகளுடன் கூட யாரும் பழகமாட்டோம். அப்படிப்பட்டவர்களை எழிலுக்குப் பிடிக்காது.

திருட்டு வழக்கில் தொடர்பு உடையவர்களுடன் யாராவது பழகுவது தெரிந்தால் உடனே வெளியேற்றிவிடுவார்.

அப்படிப்பட்ட எங்களைப் போய் இந்த எஸ்.ஐ. திருட்டு, அது இது என்று பேசியது எனக்குப் பிடிக்கவில்லை. இரண்டு, மூன்று நாள்கள் இப்படியே போனது. இத்தனைக்கும் அந்த எஸ்.ஐ. உள்ளூர்க்காரர்களை மிரட்டுவது கிடையாது. எங்களைத்தான் 'அங்க போ. இங்க போ, ஏன் இவ்வளவு லேட், வேறெதாவது பண்ணிட்டீங்களா, ஏட்டு இவனுங்கள தரவா செக்பண்'ணு என்று பெரிய உளைச்சலைக் கொடுத்துக் கொண்டே இருந்தார்.

தான் ஒரு பெரிய விசாரணை அதிகாரி போலவும், நியாயமான போலீஸ் அதிகாரி போலவும் காட்டிக் கொள்வார், உள்ளூரில் மோட்டார் சைக்கில் மூன்று பேர் சென்றால்கூட கேட்சு மாட்டார். எங்களை, 'ஒழுங்கா ஓரமா நடந்து போங்க. திரும்பினீங்க பிச்சிடுவேன்' என்று அதட்டல் போடுவார். எங்களுடன் இருந்த குமார், ஷாஜகான் போன்றவர்கள் பத்து இருபது கேஸுகளுக்கு மேலே பார்த்தவர்கள். எந்த கேஸிலும் இப்படி ஒரு சித்திரதையை அவர்கள் அனுபவித்தது கிடையாது. ஆட்சி மாற்றம் அதற்கு ஒரு பெரிய காரணம்.

அந்த எஸ்.ஐ.யைப் பார்க்கும்போதெல்லாம் எனக்கு எரிச்சலாக வரும். நம்மை மிரட்ட இவருக்கு என்ன உரிமை இருக்கிறது? இவருக்கு இந்த அதிகாரத்தை யார் கொடுத்தது? இவர்களை எதிர்த்துக் கொண்டு வாழ, சாதாரண மனிதனுக்கு என்ன உரிமை இருக்கிறத? இந்த ஆள் செய்யும் கொடுமைகளை எப்படி வெளியே கொண்டுவருவது? அப்போதெல்லாம் நான் ஒரு பத்திரிகையாளனாக இருந்தால் நன்றாக இருக்குமே என்று எனக்குத் தோன்றும்.

அப்போது, திருவண்ணாமலையில் விபச்சாரம் நடைபெறுவது சர்வ சாதாரணமாக இருந்தது. எங்கள் குழுவில்கூட சிலர் அங்கே போய்விட்டு வந்து சொன்னார்கள். கிராமத்திலிருந்து வரும் பெண்கள்தான் பெரும்பாலும் அதில் ஈடுபடுவதாக. அன்று போலீஸ் ஸ்டேஷனுக்குக் கையெழுத்துப்போடப் போன போது, அந்த இடம் எது என்று விஜியிடம் கேட்டேன். ஒரு லாட்ஜைக் காட்டினான் விஜி. எனக்குச் சுத்தமாக நம்பிக்கையில்லை. 'இந்த இடத்துலயா? இவ்வளவு பேர் புழங்கற இந்த இடத்துலயா? இருக்காது' என்று எனக்குத் தோன்றியது. விஜி ஏதோ விளையாட்டுக்குச் சொல்லுகிறான் என்றுகூடத் தோன்றியது.

முதலில் வந்த வேலையைப் பார்ப்போம். ஸ்டேஷனுக்குள் நுழைந்தோம். இன்றைக்கு அந்த எஸ்.ஐ. என்ன சொல்லப் போகிறாரோ என்று நினைத்துக்கொண்டே உள்ளே நுழைந்தோம். நாங்கள் போனபோது எஸ்.ஐ. இல்லை. புதிதாக ஒரு ஏட்டு உட்கார்ந்திருந்தார். அவர் பெயர் ராஜேந்திரன் என்பதைப் பிற்பாடு தெரிந்துகொண்டேன். அவருக்கு சுமார் 45 வயதிருக்கும். முரட்டு முகம். சற்றுத் தடிமனான உடல்வாகு.

'என்னப்பா, என்னா வேணும்? நீங்கள்லாம் யாரு?' என்றார். நான் விவரத்தைக் கூறினேன்.

'அந்த டேபிள் மேலே ஒரு நோட்டு இருக்கு எடுத்துக்கிட்டுவா' என்றார்.

நோட்டை எடுத்து வந்து கொடுத்தேன்,

'ஒன்பது பேரும் வந்திருக்கீங்களா? கையெழுத்துப் போடுங்க என்றார்.' கையெழுத்துப் போட்டுவிட்டு அங்கேயே நின்றிருந்தோம்

'ஏம்பா நிக்கிறீங்க? அதான் கையெழுத்துப் போட்டாச்சுல்ல? போகவேண்டியதுதானே! யாராச்சும் வரணுமா?'

'இல்ல சார். எஸ்.ஐ. சார் வரணுமே?'

'பாக்கச் சொல்லியிருந்தாரா?'

'இல்ல. தெனமும் அவரைப் பாத்துட்டுதான் போகணும்னு சொல்லியிருக்காரு.'

'பெயில்ல வர்றவங்களை அப்படி எல்லாம் சொல்லமாட்டாங்க. நீங்க போங்க. நான் சொல்லிக்கறேன். அந்தாளுக்கு வேற வேலையே இல்லை. இளிச்சவாயன் கெடச்சா ஏறி தலையில் மொளகா அரைச்சிடுவான்' என்றார்.

பார்ப்பதற்கு நியாயமான காவலர்போல இருந்தார் அவர். இருந்தாலும் எங்களுக்கு ராத்திரி அந்த எஸ்.ஐ. எழுப்புவானே என்று இருந்தது. எங்கள் ஆள்கள் இதுபோல எஸ்.ஐ.க்கெல்லாம் பயப்படுவது கிடையாது. என்னமோ இந்த முறை அமைதி காக்கிறார்கள்.

ஷாஜகான் ஒரு வக்கீலைவிட அதிகமாக சட்டம் பேசுபவர். எங்கள் கூட்டம் நினைத்தால் எது வேண்டுமானாலும் செய்யும். எங்கள் ஆள்கள் இவ்வளவு பொறுமை காப்பது எனக்கே சந்தேகமாக இருந்தது. அதற்குக் காரணமும் இருந்தது.

அப்போது, எழிலுக்கு ஒரு வழக்கில்கீழ்கோர்ட்டில் (மேஜிஸ்ட்ரேட் கோர்ட்) ஆயுள்தண்டனை கிடைத்திருந்தது. அவர் மேல் கோர்ட்டில் (உயர் நீதிமன்றம்) அப்பீல் செய்து, ஜாமீனில் வெளியே இருந்தார். நாங்கள் ஏதாவது பெரியதாகச் செய்தால், எழில் உள்பட ஐந்துபேரின் ஜாமீன் ரத்தாகிவிடும். அதோடு விழுப்புரத்தில் நடந்த கலாட்டாவில் எழிலையும் போலீஸ் சம்பந்தப்படுத்தியிருந்தாலும், அவர் போலீஸின் கைகளில் சிக்காமல் இருந்தார். ஆட்சி மாறியிருந்தது. நடப்பது எங்களுக்கு ஆதரவான ஆட்சி அல்ல.அதனால்தான் எங்கள் ஆள்கள் அமைதி காத்தார்கள்.

ஸ்டேஷனைவிட்டு வெளியே வந்ததும் விஜியிடம் 'அந்த லாட்ஜுக்குப் போகலாமா?' என்று கேட்டேன். நான் விஜியை நச்சரித்ததைப் பார்த்துக்கொண்டேயிருந்த குமார், 'என்னடா, உனக்கு இப்ப அங்க போயி அங்க விபசாரம் நடக்குதா, இல்லையான்னு பாக்கணும், அவ்வளவுதானே, என்கூட வாடா. நான் கூட்டிக்கிட்டு போறேன்' என்று கூறி என்னை அழைத்துக் கொண்டு போனார். அது மக்கள் நெரிசல் அதிகமுள்ள இடம். அந்த விடுதி மாடியில் நிறைய அறைகள் இருந்தன. குமாரும் நானும் மேலே சென்றதும் சுமார் இருபத்தைந்து வயது மதிக்கத்தக்க ஏழெட்டுப் பெண்கள் தரையில் அமர்ந்திருந்தவர்கள் எழுந்தார்கள். சிரித்தார்கள். இவ்வளவு வெளிப்படையாக விபசாரம் நடக்கிறதே என்று நான் திகைத்துப் போனேன். 'சரி - வா போகலாம்' என்றார் குமார். அங்கு வேலை செய்யும் ஒருவர் எங்களைப் பார்த்து, 'என்னசார்? யாரு வேணும்?' என்றார்.

'ஒருத்தரத் தேடி வந்தோம். ஆளைக் காணோம். வரேங்க' என்று சொல்லிவிட்டுக் கீழே இறங்கினோம். விபசாரம் நடந்த அந்த இடம் போலீஸ் ஸ்டேஷனுக்குப் பக்கத்திலேயே இருந்தது. 'அந்த எஸ்.ஐ. என்னமோ யோக்கியமான ஆளாட்டம் பேசுறான், இவ்வளவு பெரிய கேவலம் அவன் போலீஸ் ஸ்டேஷன் பக்கத்திலேயே நடக்குது. இதுல நம்மள மெரட்டுறான். இன்னைக்கு எடக்கு மடக்கா எதாவது சொல்லட்டும். பாத்துக்கலாம். நான் மட்டும் இப்ப ஏதாவது பத்திரிகையில இருந்தேன்னா, இந்த விஷயத்தை அட்டைப் படத்துல போட்டு செய்தியாக்கியிருப்பேன். என்னா பண்றது?' மனத்துக்குள் பேசியபடி நடந்தேன்.

அறைக்கு வெளியே சுமோ ஒன்று நின்றுகொண்டிருந்தது. கண்ணாடிகள் மூடியிருந்தன. நாங்கள் நெருங்கியவுடன் ஒருவர் கதவைத் திறந்து இறங்கினார். அவர் வடிவேல் பழனி.

'எப்ப வந்தீங்க? யார் வந்திருக்காங்க?' என்றபடி உள்ளே பார்த்தேன். உள்ளே எழில் இருந்தார்.

'என்னண்ணே திடீர்னு?'

'ஒண்ணுமில்ல. புது ஊருக்கு வந்திருக்கீங்க, செலவுக்குக் காசு இருக்குமோ என்னமோ, அதான் பாத்துட்டுப் போலாம்னு வந்தேன்' என்றார். பிறகு ஷாஜகானின் பக்கம் திரும்பினார்.

'என்னா ஷாஜகான் ஸ்டேஷன்லாம் எப்பிடி இருக்கு? ரொம்ப கெடுபிடி பண்றாங்களா?' என்றார்.

உடனே நான் குறுக்கிட்டு, 'நம்ம ஷாஜகானை ஒரு எஸ்.ஐ. டீ வாங்கிக்னு வா, சிகரெட் வாங்கிக்கினு வான்னு சொல்லிட்டாண்ணா' என்றேன்.

அவ்வளவுதான் டென்ஷனாகிவிட்டார் எழில். 'எந்தத்.... பையன்டா டீ வாங்கிட்டு வரச் சொன்னது? அதுவும் ஷாஜகானை. குமாரு நீ என்னடா பண்ணினே அவனை?' என்று கண்டபடி திட்ட ஆரம்பித்துவிட்டார் எழில்.

ஷாஜகான், எழிலைச் சமாதானப்படுத்தினார். 'விடு எழிலு! நம்ம ஆளுங்களுக்கு பெயில் கெடைக்கணும். உனக்கு வேற பெயில் இன்னும் கெடைக்கல. நம்மப் பசங்க மேல கோபப்பட்டு என்னா பண்றது? நான்தான் இவங்கள கொஞ்சம் அடக்கி வச்சிருக்கேன், இல்லைன்னா அந்த எஸ்.ஐ. கதையே வேற மாதிரி ஆயிருக்கும். பாத்துக்கலாம். வுடு' என்றார் ஷாஜகான்.

ரொம்ப நேரம் பேசியபிறகுதான் சமாதானமானார் எழில். 'சரி. இதுல இருபதாயிரம் ரூபா இருக்கு. செலவுக்கு வச்சுக்கோங்க. நம்ம ஆளுங்க பதினஞ்சு பேரு இன்னிக்கி திருக்கோயிலூர் கோர்ட்டுல கண்டிஷன் பெயில் போடுறாங்க. நான் அவங்களுக்குச் செலவுக்குப் பணம் குடுக்கணும், வரட்டா? என்றார்.

'பாத்து இரு எழில்! எந்தக் காரணத்தைக் கொண்டும் போலீஸ்ல மாட்டிக்காதே. அஞ்சு வருஷத்துப் பழியைத் தீத்துக்குவானுங்க. பத்திரம்' என்றார் ஷாஜகான். எழிலின் சுமோ மின்னல் வேகத்தில் பறந்தது.

மறுநாள் மாலை கையெழுத்துப் போட போலீஸ் ஸ்டேஷனுக்குப் போனோம். அன்றைக்கு நான் கொஞ்சம் தயாராகவே இருந்தேன். 'அந்த எஸ்.ஐ. ஏதாவது கேட்கட்டும், பார்த்துக் கொள்ளலாம்.

சட்டம் பேசிவிட வேண்டியதுதான்' என்று நினைத்தபடி உள்ளே சென்றேன். மேசை மீதிருந்த நோட்டை எடுத்துக் கையெழுத்துப் போட்டேன்.

எல்லோரும் கையெழுத்துப் போட்டார்கள்.

நோட்டை மேசை மீது வைத்துவிட்டு வெளியேறினோம். நான் மட்டும் அந்த எஸ்.ஐ.யை உற்றுப்பார்த்தேன். முதல் நாள் எழில் வந்து விட்டுப்போன தெம்பில் நாங்கள் இருந்தோம். போலீஸ்காரர்களுக்கு ரௌடிகளின் நடை, உடை, பாவனை மீது எப்போதும் ஒரு கண் இருக்கும் அதிலே சிறு மாற்றம் ஏற்பட்டாலும், போலீஸ் உஷாராகிவிடும். அந்த மாற்றம் எங்களிடம் இருந்தது. அது எஸ்.ஐ. சரவணனுக்கும் தெரிந்தது.

திருவண்ணாமலையில், சுமார் பதினைந்து நாள்களுக்கு மேலாக கையெழுத்துப் போட்டு வந்தோம். அவ்வப்போது எழில் வருவார். பணம் கொடுத்துவிட்டுப் போவார். திருவண்ணாமலையில் மெக்கானிக் ஷெட் வைத்திருக்கும் செங்கல்வராயன் என்பவர் மிகவும் பிரபலமானவர். வழக்குகள் இல்லாமலேயே அந்தப் பகுதியில் ரௌடியிசத்தில் கோலோச்சிய நபர். எங்களுக்கு மிகவும் நெருக்கமானவர். நாங்கள் திருவண்ணா மலையில் இருந்தபோது, மார்க்கெட் பகுதியில் ஒரு வீட்டில் பாகம் பிரிப்பதில் பிரச்னை. செங்கல்வராயன்தான் அந்தப் பிரச்னையில் தலையிட்டிருந்தார். அந்த விஷயத்தை எங்களிடம் வந்து சொன்னார். 'நாளைக்குப் பேசுவோம்' என்று சொல்லியனுப்பினோம்.

மறுநாள் பஞ்சாயத்துத் தொடங்கியது. அண்ணன் தங்கைக்கான பாகம் அது. அதில் தங்கைக்குப் பாகம் ஏற்கெனவே பிரித்துக் கொடுத்திருந்தும் அவற்றையெல்லாம் அழித்துவிட்டு அண்ணன் வசதியாக இருக்கிறார் என்பதாலே தலையிட்டிருந்தது தங்கை குடும்பம். கூடவே செங்கல்வராயன் இருக்கும் தைரியம். நியாயமில்லாத பிரச்னையில் அவர்கள் ஒரு கோடி ரூபாய் கொடுத்தாலும் நாங்கள் தலையிடமாட்டோம். விஷயம் தெரிந்ததும் நாங்கள் வெளியேறிவிட்டோம். உடனே செங்கல்வராயன் எதிர்த்தரப்பு ஆள்களிடம், 'அவங்கல்லாம் விழுப்புரம் எழிலோட ஆளுங்க. இப்பத்தான் கடலூர் ஜெயில்லருந்து ரிலீஸ் ஆயிருக்காங்க. நீங்க பேசுனதைப் பாத்து, கோவப்பட்டு எந்திரிச்சுப் போயிட்டாங்க. அவங்களால ஏதாவது பிரச்னை வந்தா அதுக்கு நாங்க பொறுப்பாக மாட்டோம். அவ்வளவு தான் சுமுகமா முடிச்சுக்கோங்க' என

மிரட்டி பஞ்சாயத்து பண்ணி, பணம் பறித்திருக்கிறார். அது எங்களுக்குத் தெரிந்தது. குமார், பாபு, ஷாஜகான் எல்லோரும் கோபமாகிவிட்டார்கள்.

ரௌடிகளைவிட அவர்களைப் பயன்படுத்திக் கொள்கிறவர்கள் தான் அதிகம். அதனால் நியாயமாகப் பேசுகிறவர்களுக்கும் அநியாயப் பேர்வழி என்று பெயர் வந்து விடும். பெரும்பாவம். நாங்கள் அதை விரும்புவதில்லை. எழிலிடம் இதைச் சொன்னோம். அவர் 'நான் பாத்துக்கறேன்' என்று சொல்லிவிட்டார். அதேசமயம் கண்டிஷன் பெயிலை தளர்த்தச் சொல்லி வழக்கறிஞர் விண்ணப்பித்ததில் எங்களுக்கு தளர்வு கிடைத்திருந்தது. 'அப்பாடா! ஒரு வழியாக விழுப்புரத்தில் நிரந்தரமாக தங்க போகிறோம் என்று நினைக்கவே எனக்கு நிம்மதியாக இருந்தது.'

***

7

விழுப்புரத்தில், எங்கள் உடற்பயிற்சி நிலையம் போலீஸ் அடித்து நொறுக்கியதில் வெறும் குப்பையும் கூளமுமாக இருந்தது. நாங்கள் சுத்தம் செய்து பொருள்களை ஒழுங்குப்படுத்தினோம். பாதிக்கும் மேற்பட்ட பொருள்கள் காணாமல் போயிருந்தன. போலீஸ்தான் எடுத்திருக்கும். வேறு யாருக்கும் இங்கு வந்து எடுக்கிற தைரியம் இருக்காது.

வெவ்வேறு குழுக்களாகப் பிரிந்து போயிருந்த நாங்கள், சுமார் இரண்டு மாத காலத்துக்குப் பிறகு வேடந்தாங்கல் பறவைகளைப் போல ஒன்றாகச் சேர்ந்தோம். வேலைக்குப் போகிற மனநிலையில் யாரும் இல்லை. எங்களுக்குத் தெரிந்தது ஆயுதம் தூக்குவதுதான். அதைக் கீழே போட்டால் எதிரி பலமாகிவிடுவான். ஆயுதம் இருந்தால் போலீஸ் துரத்தும். போலீஸையும் அரவணைத்து எதிரியையும் மிரட்டவேண்டும். மீண்டும் சாராயக்கடை நடத்துவது என்று முடிவானது. ஜனா, வெங்கடேசன் போன்றவர்களை அழைத்துக்கொண்டு போய், டவுன் போலீஸில் மாமூல் பேசினோம். ஆய்வாளர் ‘பிரச்னையில்லாம பாத்துக்கோங்க. நான் எதுக்கும் பொறுப்பில்ல’ என்றார்.

‘சாந்தி தியேட்டர் சாராயக்கடை’ விழுப்புரத்தில் பிரசித்தி பெற்றது. ஒரு நாளைக்குப் பகல் வேளையில் 180 லிட்டருக்கு மேலும் இரவில் 80 லிட்டருக்கு மேலும், சாராயம் விற்பனையாகும். அந்தக் கடை மீது விழுப்புரத்திலிருந்த எல்லா ரௌடிகளுக்கும் ஒரு கண் இருந்தது. எங்களைத் தவிர வேறு யாரும் அங்கு கடை வைத்து நடத்திவிட முடியாது.

ஒரு குழு சாரயக்கடையிலும் மற்றொரு குழு கட்டப்பஞ்சாயத்திலும் ஈடுபடத் தொடங்கியது. இதற்கிடையில் போலீஸார் மிரட்ட ஆரம்பித்திருந்தார்கள். ‘கடன் வாங்கியாவது மாமூல் கொடு’ என்றார்கள். இல்லையென்றால் அடித்தார்கள். கிடைத்தவர்களையெல்லாம் அள்ளிப் போட்டுக்கொண்டு போய்,

லாக்கப்பில் வைத்து மொத்தி எடுத்தார்கள். ‘கத்தி வைத்திருந்தான், சுத்தி வைத்திருந்தான், கடப்பாரை வைத்திருந்தான், கஞ்சா வைத்திருந்தான்’ என்று பொய் வழக்குப் போட்டார்கள். கையில் சிக்காதவர்களைத் தேடப்படும் குற்றவாளி லிஸ்ட்டில் சேர்த்தார்கள்,

ஒருவரை நியாயமான வழக்கில் கைது செய்தால்கூட பரவாயில்லை. எங்களுக்கு உதவி செய்தார், தகவல் கொடுக்கிறார், தங்குவதற்கு இடம் கொடுக்கிறார் என்றெல்லாம் கைது செய்து, சித்திரவதை செய்தது காவல்துறை.

சிறைக்குள்ளே தவறு செய்து வருபவர்களை, அந்தச் சூழலும் நட்பும் மீண்டும் மீண்டும் தவறு செய்யவே தூண்டின. சந்தேக வழக்கில் கைதானவனைப் பின்னாளில் சிறையே தாதாவாக்கி, என்கவுண்டர் செய்யுமளவுக்குக் கொண்டு விட்டதையெல்லாம் பார்க்க நேரிட்டது. இந்தச் சமயத்தில்தான் ஒரு சம்பவம் நடந்தது.

ஒரு நாள் கடலூரிலிருந்து ரெட்டியார் ஒருவர் எழிலைப் பார்க்க வந்திருந்தார். ‘திருக்கனூர் அருகே நிலம் வாங்க, அட்வான்ஸ் கொடுத்தேன். காசை வாங்கிக்கிட்டு அந்த ஆள் நிலம் தர மாட்டேங்கறான். அட்வான்ஸ் மட்டும் ஒரு லட்சம் வாங்கியிருக்கான். அதை மீட்டுக் குடுங்க. உங்களுக்கு வேண்டியதைத் தர்றேன்’ என்றார். உடனே எழில் என்னையும் அசோக், முருகன், ராஜாவையும் கூப்பிட்டு, ‘அந்த ஆளை தூக்கிட்டு வாங்கடா’ என்றார். சுமோவில் கிளம்பினோம். அடையாளம் காட்ட ரெட்டியார் ஒரு ஆளை எங்களோடு அனுப்பியிருந்தார்.

திருக்கனூருக்கு அருகில் சென்றுகொண்டிருந்த போது, ரெட்டியார் அனுப்பிய ஆள், ‘சுமோவை நிறுத்துங்க. இதுதான் வீடு. அதோ இருக்கான் பாருங்க. அவன்தான்’ என்று ஒருவரைக் காட்டினார்.

சுமார் ஐம்பது வயது மதிக்கத்தக்க ஒரு ஆள் தலைமுடியெல்லாம் நரைத்துப் போய் கூரை வீட்டுக்கு வெளியே உட்கார்ந்திருந்தார். ஆளைப் பார்த்தால், ஒரு லட்சம் வாங்கி ஏமாற்றியவர் என்று சொல்லமுடியாது. அசோக்கும் ராஜாவும் இறங்கிப் போய் ‘படார்’ என அந்த ஆளின் கழுத்திலே அடித்து, கையை மடித்து முருகனையும் அடிக்கச் சொன்னார்கள். நாங்கள் கையில் தடி வைத்திருந்தோம். எனக்கு அடிக்க மனமேயில்லை. எத்தனையோ பேர் இதுபோல பஞ்சாயத்துக்கு அழைத்து வரும்போது நான் கண் மூடித்தனமாக அடித்து இழுத்து வந்திருக்கிறேன். அன்றைக்கு முடியவில்லை.

அசோக் ஆவேசமாகக் கத்தினார் ‘டேய்! முருகா! ஜோதி! சாத்துங்கடா. ஆள் திமிர்றான்’ உடனே முருகன் கையில் வைத்திருந்த தடியால் அந்த ஆளை முட்டிக்குக் கீழே அடித்தான்.

‘அய்யோ! அம்மா! உயிர்போவுதே. யாருய்யா நீங்க? என்னை ஏன் அடிக்கிறீங்க?’ என்று கதறினார். எனக்குப் பாவமாக இருந்தது. முருகன் அவரைச் சரமாரியாகத் தாக்க ஆரம்பித்தான். அதற்குள் அந்த வீட்டுக் கதவைத் திறந்துகொண்டு கைக் குழந்தையோடு முப்பது வயது மதிக்கத்தக்க ஒரு பெண்மணி ஓடிவந்தாள். அசோக்கின் காலை பிடித்துக் கொண்டு அழுதாள். நான் நினைத்திருந்தால் அந்தப் பிடியிலிருந்து அந்த ஆளைத் தளர்த்தி தப்பிக்க விட்டிருக்க முடியும். ஆனால், பணம் வேண்டும் எங்களுக்கு. இவனைக் கடத்தினால்தான் அது கிடைக்கும்.

சட்டென என் முடிவை மாற்றிக்கொண்டு சுமோவை பின்னே வர உத்தரவிட்டேன். ஒரே தூக்காக ஆளை வண்டியில் ஏற்றி, புறப்படத் தயாரானோம். சிறிது நேரத்தில் ஊருக்குள் தகவல் தெரிந்து ஆள்கள் திரள ஆரம்பித்துவிட்டனர். எங்களை விரட்டவும் தொடங்கினார்கள். அந்த ஊரிலிருந்து பத்து கிலோ மீட்டரைத் தாண்டிய பிறகும் அவர்கள் விடாமல் துரத்தினார்கள். சென்னை நெடுஞ்சாலைக்குள் வந்தபிறகு, பின்னால் திரும்பிப் பார்த்தால், ஐந்து மோட்டார் சைக்கிள்களில் பத்துப்பேர்

எங்களைத் தொடர்ந்து வந்துகொண்டிருந்தார்கள். இவர்கள் இப்படி விரட்டிக்கொண்டு வந்தால் போலீஸுக்குத் தகவல் தெரிந்துவிடும். என்ன செய்வது?

‘டிரைவர்! வண்டியை நிறுத்துடா!’ என்றேன். டிரைவர் சடன் பிரேக்கில் வண்டியை நிறுத்தினான். ‘டேய் முருகா! பொருளை எடுத்துக்கோ! கீழே இறங்கு’ என்றேன். பின்னால் வந்தவர்கள் தயங்கித் தயங்கி எங்கள் சுமோவை நெருங்கினார்கள். நானும் முருகனும் ஆயுதங்களோடு கீழே இறங்கினோம்.

‘டேய்! இனிமே எவனாவது பின்னால் வந்தீங்க, உங்க தலை கழுத்துல இருக்காது. நாங்க எழிலோட ஆளுங்க. ஊர் பஞ்சாயத்துக்காரங்கள வந்து எழில்கிட்ட பேசி இந்த ஆளைக் கூட்டிக்கிட்டுபோகச் சொல்லுங்க. போலீஸுக்குத் தகவல் கொடுத்தீங்க... உங்க ஊருல ஒருத்தன் இருக்க மாட்டீங்க. போங்கடா! இல்லைன்னா உங்க கழுத்துல தலை இருக்காது’ என்று கத்தியைக் காட்டி மிரட்டினோம். அவ்வளவுதான் வந்த

வேகத்தில் மோட்டார் சைக்கிள்கள் திரும்பிச் சென்றன. மீண்டும் சுமோ விழுப்புரத்தை நோக்கிப் புறப்பட்டது. அதுவரைக்கும் அந்த ஆளுக்குக் கடத்தியது யார் என்றும் எதற்காகக் கடத்தியிருக்கிறோம் என்பதும் தெரியாது.

உடற்பயிற்சி நிலையம் வந்ததும், நான் இறங்கி மேலே உள்ள அறைக்குப் போய்விட்டேன். அந்த நபரைக் கடத்தி வந்த விவரத்தை எழிலுக்கும் சொல்லவில்லை. இத்தனைக்கும் எழில்தான் எங்களை அனுப்பியிருந்தார். எழில் பேட்மிட்டன் விளையாடிக்கொண்டிருந்தார். பிறகு சொல்லலாம் என்று நினைத்த நான் சொல்ல மறந்துவிட்டேன்.

இரண்டு நாள்களுக்குப் பிறகு மாலை ஐந்து மணியிருக்கும். ராஜா வந்தான்.

'மாப்ளை! இந்த ஆள பாத்துக்க. ராத்திரி ஓடிடப்போறான். ரூமைப் பூட்டிட்டுத் தூங்கு. காலையில வந்து பாக்கறேன்' என்று சொல்லிவிட்டு ஒரு ஆளை விட்டுவிட்டுப் போனான். அவரை எங்கோ பார்த்த மாதிரி இருந்தது சட்டையெல்லாம் ரத்தக்கரை. வேட்டி கிழிந்து இருந்தது. 'வயதான ஆளை நம்ம ஆளுங்க இப்படி அடிக்க மாட்டாங்களே! மிரட்டறதுகூட எழிலுக்குப் பிடிக்காதே' என்று இருந்தது எனக்கு.

'யோவ் யாருய்யா நீ?' என்றேன்.

'என்னைத் தெரியலையா உனக்கு? அன்னிக்கு திருக்கனூர்ல அடிச்சி இழுத்துக்குனு வந்தீங்களே?'

'மாத்தி மாத்தி என்னப் போட்டு அடிச்சானுங்க. நான் கையெழுத்துப் போடமாட்டேன்னுட்டேன். சாக்கு மூட்டையில திணிச்சு சவுக்குக் கட்டையாலேயே அடிச்சாங்க. நான் ஏங்க கையெழுத்துப் போடணும்? நீங்களே சொல்லுங்க. அந்த ரெட்டியாரால எனக்குத்தான் நஷ்டம். என்னைப் போட்டு சித்திரவதை செஞ்சா என்னாங்க பண்றது? ரெண்டு நாளா ராத்திரில எனக்கு சோறு கொடுக்கறது எனக்கு ஒன்றும் புரியவில்லை.'

'யோவ்! உண்மையைச் சொல்லு. சோறு போடல?' என்றேன்.

'எங்க போட்டாங்க? காலையில நான் பழைய சோறு தின்ற ஆளு. பூரி கிழங்கு வாங்கியாந்து கொடுக்கிறாங்க. மத்தியானமும் ராத்திரியும் ரசம் சோறுதான் சரிவரும். இவங்க என்னமோ

விஜிடெபுள் பிரியாணியும் புரோட்டாவும் குடுத்துட்டு அந்த அடி அடிச்சானுங்க. நீங்களே சொல்லுங்க. கிராமத்து ஆளுக்கு இதெல்லாம் சரிவருமா?' என்றார் குழந்தையைப் போல.

'யோவ்! பிரச்னை என்னான்னு சொல்லுய்யான்னா, என்னமோ சோத்துக் கதையைப் பேசற?' என்றேன் கோபமாக.

'சோறுதாங்க பிரச்னை. எனக்கு திருக்கனூர் ராதாபுரத்துக்கு நடுவுல பத்து ஏக்கர் நிலம் இருக்கு. மெயின் ரோட்டு ஓரம் இந்த கடலூர் ரெட்டியாரு ஆறு வருஷத்துக்கு முன்னாடி நிலத்தை விலைக்குக் கேட்டு வந்தாரு. ஏக்கர் ஒரு லட்சம்னு பேசி அக்ரிமெண்ட் போட்டோம். ஒரு லட்சம் அட்வான்ஸ் குடுத்தாரு அதுக்கப்புறம் ஆள்வரலை. அதுக்கப்புறம் அதிக விலை கேட்டு வந்தவங்களுக்கும் என்னால நிலத்தை விக்க முடியல. அக்ரிமெண்ட் காலாவதியாகிப்போச்சு.'

'எனக்கு ரெண்டு பொண்டாட்டி. முதல் பொண்டாட்டிக்கு புத்தி சுவாதீனம் இல்லாமப் போச்சு. அதுக்கு ஒரு பையன். அந்த பையனுக்குக் கால் ஊனம், வயசு இருவது ஆவுது. குடும்பத்தையும் என் பொண்டாட்டியையும் பாத்துக்கறதுக்கு ஒரு ஆளு வேணும்னு இன்னொரு கல்யாணம் பண்ணிக்கிட்டேன்.'

'அதுக்கு ஒரு பொண்ணு இருக்குது. இந்த ரெட்டியார்கிட்ட அக்கிரிமெண்ட் போட்டு அட்வான்ஸ் வாங்கிட்டு, நிலத்தையும் விக்க முடியல. செலவுக்கும் கஷ்டமா இருக்குது. இந்த நேரத்துலதான் என்னை போட்டு, இங்க கூட்டிக்கினு வந்து இந்த அடி அடிச்சி, வெத்துப் பத்திரத்துல கையெழுத்துக் கேக்குறாங்க. ஏன்னு கேட்டா, ஒரு லட்சத்துக்கு மீட்டர் வட்டி போட்டா 30 லட்சம் வருதாம். நிலத்தையும் குடுத்துட்டு மேற்கொண்டு நான் அஞ்சு லட்ச ரூபாயும் தரணும்னா என்னங்க நியாயம்? பணத்தைக் குடுத்துட்டு, நிலத்தைக் கிரயம் பண்ணிக்காதது அவரு தப்பு, அதை வுட்டுட்டு என்னை அடிக்கிறது எப்படிங்க சரியாகும்? நீங்களே சொல்லுங்க. இந்த நியாயத்தை எழில்கிட்ட நானே கேக்குறேன். அவரு என்னமோ நியாயமாச் செய்வாருன்னு சொல்றாங்க' என்றார்.

உண்மையில் எழிலுக்கு இந்த விஷயம் தெரிய வாய்ப்பில்லை. எழில், இவரை அடித்தது தெரிந்தாலே கடுமையாகக் கோபப்படுவார். அதுவும் அநியாயமாக ஒருவரிடம் பத்திரம் எழுதி வாங்க அனுமதிக்கவே மாட்டார்.

'சரி பெரியவரே! காலையில எழில் வருவாரு. அஞ்சு மணிக்கு எழுப்பிவிடறேன். போய் நடந்ததை அப்படியே சொல்லு. அவரு நியாயமா நடந்துக்குவாரு. இப்ப ஓடிடாதே. அப்புறம் என்னால எதுவும் செய்ய முடியாது' என்று கூறிவிட்டு கதவை பூட்டி, சாவியை வைத்துக்கொண்டு படுத்துவிட்டேன்.

காலை விடிந்ததும் எழிலிடம் அந்தப் பெரியவரை அழைத்துச் சென்றேன். நடந்ததைச் சொன்னார் அந்தப் பெரியவர்.

'நான் பாத்துக்கறேன். என்கிட்ட ரெட்டியார் இதையெல்லாம் சொல்லல. ஏதோ நிலப்பிரச்னைன்னு சொன்னாரு. நான் ஒன்பது மணிக்குப் பேசறேன். டேய் ஜோதி! பெரியவரை ஆனந்தா ஓட்டலுக்குக் கூட்டிக்கிட்டுப் போயி காபி வாங்கிக் குடு' என்றார் எழில்.

அதோடு, 'கடை திறந்தவுடனே ஒரு சட்டையும் வேட்டியும் வாங்கிக் குடு. யாராவது பெரியவரப் பத்திக் கேட்டா என்கிட்ட அனுப்பு. போ பெரியவரே! நான் பாத்துக்கறேன்' என்று சொல்லிவிட்டு, எழில் வீட்டுக்குக் கிளம்பிவிட்டார்.

நான் பெரியவரை அழைத்துக் கொண்டு போய் காபி வாங்கிக் கொடுத்தேன். புது வேஷ்டியும் சட்டையும் வாங்கிக் கொண்டு அறைக்கு அழைத்து வந்தேன். அவரை குளிக்கச் சொல்லி, புது ஆடை மாற்றிக் கொள்ளச் சொல்லி, காலை டிபன் சாப்பிடச் சொன்னேன். ராஜா வந்தான் 'இந்த ஆளுக்கு யாரு டிரஸ் வாங்கி கொடுத்தது? என்றான்.

'அண்ணன் தான் வாங்கிக் கொடுத்தாரு உன்னை வந்து பார்க்கச் சொன்னார்' என்றேன்.

ராஜா, ரெட்டியாரிடம் தனியாகப் பேரம் பேசியிருக்கிறான். பிரச்னையை முடித்துவைப்பதாகப் பணம் வாங்கியிருக்கிறான். இது மாதிரி யாராவது நடந்தால் எழிலுக்குப் பிடிக்காது.

ஒன்பது மணிக்கு எழில் உடற்பயிற்சி நிலையத்துக்கு வந்தார். ரெட்டியாரும் வந்திருந்தார். பெரியவரை அழைத்துவரச் சொன்னார் எழில். பெரியவரை நான் கூட்டி வந்தேன்.

'ஏன் ரெட்டியாரே! பெரியவர்கிட்ட அக்ரிமெண்ட் போட்டு, ஆறு வருஷம் கழிச்சு குடுத்த பணத்தைக் கேக்குறது முதல் தப்பு. அதோட அந்தாள கடத்திக்குனு வந்து, எங்க ஆளுங்களுக்கு நீ

பணம் கொடுத்தது ரெண்டாவது தப்பு. இவ்வளவு நாளா ரியல் எஸ்டேட் பண்ற உனக்குத் தெரியாதா? மூணு வருஷமாச்சின்னா அக்ரிமெண்ட் ரத்தாகிப் போகும்னு? ஏதோ மனசாட்சிக்கு பயந்து குடுத்த பணத்தைத் திருப்பிக் குடுன்னு கேக்கலாம். அதவுட்டுட்டு அந்தாள் நிலத்தைப் புடுங்கிக்கிட்டு, அவரையே ஆறு லட்சம் குடுன்னா இது என்ன நியாயம்? நீயே சொல்லு.' என்றார் எழில். ரெட்டியாரால் ஒன்றும் பேசமுடியவில்லை. 'சரி. அப்பிடி இல்லைன்னா இப்ப அந்த நிலம் என்ன விலைக்குப் போவுதோ அந்த விலைக்குக் குடுன்னு கேக்கறது நியாயம். அதுகூட இந்தப் பெரியவர் ஒத்துக்கிட்டாத்தான் நடக்கும். எந்த கோர்ட்டுக்குப் போனாலும் இதுதான் தீர்ப்பாகும். என்ன சொல்ற?'

'சரி. பதினைஞ்சு லட்சம் குடுக்கறேன். நீங்களே பேசி முடிங்க.'

'மார்க்கெட்ல விலை என்னவோ அதுக்குத்தான் நிலத்தை முடிக்கணும். மார்க்கெட் விலை இப்ப முப்பது லட்ச ரூபா. அதுவும் இந்த ஆள அடிச்சிருக்கீங்க. அது தப்பு. என்னா பெரியவரே! உங்க தரப்புலருந்து ஆளுங்களை வரச்சொல்லி, உக்காந்து பேசுங்க' என்றார் எழில். பெரியவரால் மகிழ்ச்சியில் ஒன்றும் பேசமுடியவில்லை.

'ஒண்ணும் வேணாங்க. நாளைக்கு ரிஜிஸ்டர் ஆபீஸுக்குப் போவோம். உங்க பேருக்கு பவர் குடுக்கறேன். நீங்களே வித்து, உங்களுக்கு வேண்டியதை எடுத்துக்கோங்க. நீங்க ரெட்டியார் கிட்ட விப்பீங்களோ, செட்டியார்கிட்ட விப்பீங்களோ. எனக்கு உங்க மேல முழு நம்பிக்கை இருக்கு. இதுக்கு எதுக்கு என் சொந்தக்காரன்?' என்றார் பெரியவர்.

ஒரே மணி நேரத்தில் ஒன்பது ஆண்டுகள் நடந்து முடிய வேண்டிய வழக்குக்குத் தீர்ப்பு வந்துவிட்டது. ரௌடிகள் பெரும் பாலும் பணம் தருகிறவர்களுக்கு ஆதரவாகத்தான் பேசுவார்கள். ஆனால், எழில் ஒரு தனி ரகம்.

ரௌடிகளின் வாழ்க்கையில் எங்காவது ஒரு மூலையில் காதல் இருக்கும். அதிலும் ரௌடிகள் செய்துவைக்கிற காதல் மிக முக்கியமானதாக இருக்கும். அப்படி ஒரு காதல் திருமணத்தை நாங்கள் நடத்தி வைத்தோம். சென்னையில் ஒரு முக்கிய நாடாளுமன்ற மாநிலங்களவை உறுப்பினர் அவர். அவருடைய ஒன்றுவிட்ட சகோதரியின் ஒரே மகள் கொடைக்கானலில் படித்துக் கொண்டிருந்தாள். அதே பள்ளியில் வேலை பார்த்த உடற்பயிற்சி ஆசிரியரைக் காதலித்தாள். இருவரும் திருமணம் செய்துகொள்ளும்

எண்ணத்தோடு எழிலிடம் வந்தார்கள். மைலம் முருகன் கோயிலில் திருமணத்தை நடத்தி, அவர்களைப் பாதுகாப்பான இடத்தில் தங்கவைத்தோம்.

அன்று ஆங்கில வருடப் பிறப்பு. முக்கியமானவர்கள் எல்லாம் வந்து எழிலைச் சந்தித்துக் கொண்டிருந்தார்கள். திடீரென எழிலின் செல்போனுக்கு ஓர் அழைப்பு வந்தது. நான் எடுத்துப் பேசினேன். மறுமுனையில் பேசியவர், சென்னைக் காவல் துறையின் உதவி ஆணையர் பேசுவதாகக் கூறினார். யார் வேண்டுமென்று கேட்டேன். 'எழில்கிட்ட குடு' என்றார் அதிகாரத் தோரணையோடு. நான் எழிலிடம் விவரத்தைச் சொல்லி, செல்போனைக் கொடுத்தேன்,

'சொல்லுங்க. யார் பேசறது? ஏ.சி. சாருங்களா? ஆமா, வந்திருக்காங்க. ரெண்டுபேருக்கும் புடிச்சிருந்துச்சு. அதான் கல்யாணம் பண்ணி வச்சேன். அவர் யாராவும் இருக்கட்டும். என்னது?

என் 'மேல தப்பு இல்ல. நான் பாத்துக்கறேன்...' என்று வாக்குவாதம் செய்தார் எழில். பிறகு, செல்போனை அணைத்துவிட்டு,' நேத்து வந்த அந்த ஜோடியில பொண்ணுக்கு வயசு பதினெட்டு ஆயிடிச்சான்னு பாருடா. சென்னையிலே இருந்து அசிஸ்டென்ட் கமிஷனர் பேசுறாரு

அது. யாரோ ஆளுங்கட்சி எம்.பி. பொண்ணாம். அவங்க அம்மா வந்திருக்காங்களாம் இங்க எங்கயோதான் இருக்காங்க மைதானத்துல கேளு,' என்று கூறி விட்டு மீண்டும் உடற்பயிற்சி நிலையத்துக்குள் சென்றுவிட்டார்.

நான் அந்த ஜோடி இருந்த இடத்துக்குப் போனேன். அந்த பெண்ணிடம் விசாரித்தேன். அந்தப் பெண் 'நான் இப்போதான் பிளஸ் டூ படிக்கிறேன். இன்னும் பதினெட்டு வயசு ஆகலை என்று கூறினாள். 'சரி. நான் அண்ணன்கிட்ட பேசிட்டு வரேன். நீங்க பத்திரமா இருங்க' என்று கூறிவிட்டு மைதானத்துக்கு வந்தேன்.

அன்று ஆங்கில வருஷப்பிறப்பு என்பதால் முக்கியஸ்தர்கள் நிறையபேர் எழிலை மரியாதை நிமித்தமாகச் சந்தித்துக் கொண்டிருந்தனர். மைதானத்தில் ஆண்களும் பெண்களுமாக ஒரே கூட்டம்.

'சென்னையிலே இருந்து வந்தவங்க யாரு?' என்று நான் குரல் கொடுத்தேன். சுமார் நாற்பது வயது மதிக்கத்தக்க ஒரு பெண்மணியும் அவருடன் நாற்பத்தைந்து வயது மதிக்கத்தக்க ஒரு ஆளும் என்

அருகே வந்தார்கள். அந்தப் பெண் என்னிடம் தன்பெயர் ஜெயா என்றும் உடன் வந்திருப்பவர் தன்னுடைய அண்ணன் என்றும் அறிமுகப்படுத்திக்கொண்டார். பிறகு மெதுவான குரலில் 'நான்தான் அந்தப் பொண்ணுக்கு அம்மா' என்றும் கூறினார்.

'சரி. இப்ப அவங்க ரெண்டு பேருக்கும் கல்யாணம் நடந்து போச்சு. தோ பாருங்க. அவுங்க கல்யான போட்டோ, இப்ப என்ன செய்யலாம்? பொண்ணு அவன்கூட ஆறுநாளா இருந்திருக்கு ஞாபகம் வச்சுக்கோங்க 'என்றேன்.

'எது எப்பிடி இருந்தாலும் எங்க பொண்ணை என்கூட அனுப்பிடுங்க!'

'அனுப்புறோம். ரெண்டு பேரையும் அழைச்சிக்கிட்டு போங்க. அவங்க ரெண்டு பேரையும் உறுதியா கேட்டுக்கிட்டுதான் கல்யாணம் செஞ்சிவச்சிருக்கோம்' என்றேன்.

'என் பொண்ணு என்னைப் பாத்தா எங்ககூட வந்துடும். அவளுக்கு இன்னும் திருமண வயசு ஆகல, சட்டப்படி இந்தக் கல்யாணம் செல்லாது.' பெண்ணை கூப்பிட்டு விசாரிக்கலாம். அப்படி விசாரிக்கும் போது சில சமயம் பெண்ணின் பெற்றோர் விஷபாட்டிலைக் கையில் வைத்துக்கொண்டு பெண்ணை மிரட்டிப் பணிய வைத்துவிடுவார்கள். இதுபோல நிறைய சம்பவங்களை நாங்கள் பார்த்திருக்கிறோம். இந்தப் பிரச்னையில் இரண்டு தரப்பிலும் சமாதானம் ஏற்படவில்லை. அதனால் நாங்கள் பையனை அவனுடைய சொந்த ஊரான தஞ்சாவூர் காவல் நிலையத்தில் ஒப்படைக்கிறோம் என்று சொன்னோம்.

சொன்னபடி, பையனை வழக்கறிஞர் ராஜாவுடன் தஞ்சாவூர் அரண்மனை காவல்நிலையத்தில் ஒப்படைத்துவிட்டோம். காவல் நிலையத்தில் அந்தப் பையன் மீது கற்பழிப்பு, பெண் கடத்தல் வழக்குப் போடப்பட்டது. பையனை சென்னை சிறையில் அடைத்தார்கள். அவன் தொண்ணூறு நாள்கள் கழித்து சிறையிலிருந்து வெளியே வந்தான். மறுபடியும் அந்தப் பெண்ணோடுதான் வாழ்வேன் என்று உறுதியாக இருந்தான்.

எழில் இரண்டு வீட்டாரோடும் பேசினார். இருவரும் சேர்ந்து வாழ ஒப்புக்கொள்ள வைத்தார்.

தஞ்சாவூரில் திருமண வரவேற்பு நடைபெற்றது. எழில்தான் வரவேற்புக்குத் தலைமை. எழிலோடு இருந்துகொண்டிருக்கும் போதே எனக்கு என்னென்னவோ எண்ணங்கள். அரசியல்

நெருக்கடி சமூகத்தின் இழிவான பார்வை, அடையாளப் படுத்திக் கொள்ள முடியாத வாழ்க்கை, எதிர்காலம் என்ன என்று நான் யோசித்துக்கொண்டிருந்தேன்.

கடலூர் மத்தியச் சிறை, திருவண்ணாமலை போன்ற இடங்கள் என்னை அதிகமாகப் புத்தகங்களை வாசிக்கச் செய்திருந்தன. கையில் கிடைக்கும் எந்தக் காகிதத்தையும் வாசிப்பது, அதைப் பற்றி மனத்துக்குள்ளேயே விவாதிப்பது என்று அலைந்து கொண்டிருந்தேன். எழில் கொடுக்கிற பணத்தில் பெரும் பகுதியை புத்தகம் வாங்க செலவழித்தேன். சில சமயம் நான் படித்ததை அவரிடம் சொல்வேன் இப்படியெல்லாமா இருக்குது? என்று சொல்லிச் சிரிப்பார் எழில்...

எங்கள் வழக்கு, விசாரணைக்கு வந்தது. 39 பேர் மீது வழக்கு. விழுப்புரம் நீதிமன்றத்தில் ஆஜராகச் சொல்லி ஆணை.

'எழில் வகையறா! எழில் வகையறா!?' டவாலி கூப்பிட்டார்.

ஒவ்வொருவர் பெயராக வாசிக்க வாசிக்க நாங்கள் நுழைந்தோம். எங்களுக்காக வழக்கறிஞர் நாராயணன் ஆஜரானார்.

'ஆர்டர், ஆர்டர், ஆர்டர்!' என்று சினிமாவில் காட்டுவதுபோல நீதிமன்றம் இருக்காது. சாதாரண வழக்கறிஞர் போலத்தான் நீதிபதி இருந்தார். நாங்கள் எல்லோரும் உள்ளே போனவுடன் நீதிமன்றம் நிரம்பிவிட்டது. நெருக்கிப் பிடித்து நின்று கொண்டிருந்தோம். பொதுவாக இரண்டு ஊர்களுக்குள் ஏற்படுகிற சண்டை வழக்கில்தான், இவ்வளவு பேர் இருப்பார்கள். விழுப்புரம் நீதிமன்றம், ரௌடிகளின் வழக்கில் இவ்வளவு பேரைப் பார்த்தது அதுதான் முதல்முறை, நீதிபதி எங்களிடம் எதுவும் கேட்கவில்லை அவருடைய உதவி யாளரிடம் ஏதோ சொன்னார். பிறகு அவர், 'அடுத்த மாசம் 20-ம் தேதி வாய்தா' என்றார். நாங்கள் வெளியேறினோம், டவாலி தலையைச் சொரிந்துகொண்டே எழிலிடம் வந்தார்.

எழில், வெங்கடேசை அழைத்து, 'அவருக்கு முந்நூறு ரூபாய் குடு' என்றார். பணத்தை வாங்கியதும் டவாலி, நீதிபதிக்குப் போடும் கும்பிடைவிடப் பெரிதாகப் போட்டார். மாதா மாதம் வாய்தா வாங்குவதிலேயே அந்த வழக்கு நகர்ந்து கொண்டிருந்தது. நீதிமன்றத்தில் குற்றம் சுமத்தப்பட்டவர், நீதிபதிக்கு முன்னால் காலில் செருப்புப் போடக்கூடாது, கைலி கட்டிக் கொண்டு வரக் கூடாது' கையைக் கட்டிக்கொண்டுதான் நிற்க வேண்டும். இதெல்லாம் எழுதப்படாத விதி. மீறினால் நீதிமன்ற அவமதிப்பு வழக்கில் உள்ளே தள்ளிவிடுவார்கள்.

இந்தச் சமயத்தில் என்னுடைய வாசிப்புப் பழக்கம் அதிகமானது. கையில் சிக்கியதை எல்லாம் எடுத்துப் படித்தேன். அப்போது நான் படித்த ஒரு புத்தகம்தான் என் வாழ்க்கையைப் புரட்டிப்போடும் என்று நான் எதிர்பார்க்கவில்லை. அந்தப் புத்தகத்தின் பெயர், 'தமிழன் இழந்த மண்.' பழ.நெடுமாறன் எழுதியிருந்தார். அந்தப் புத்தகத்தைப் படித்தபோதுதான் வன்முறை நம் பாதை அல்ல என்பதை உணர்ந்தேன். பிறகு அவர் எழுதிய புத்தகம் வேறு ஏதாவது கிடைக்காதா என்று தேடினேன். 'ஈழப்போர் முனையில் புலிகளுடன்' என்ற புத்தகம் கிடைத்தது. அதையும் படித்தேன். படிக்கப் படிக்க, என்னால் எழில் குழுவோடு தொடர்ந்து இருக்கமுடியாது என்று தோன்றியது. அவருடன் விவாதித்தேன். கொஞ்சம் கொஞ்சமாக அந்தக் குழுவிலிருந்து விலக ஆரம்பித்த நான், ஒரு நாள் மொத்தமாக வெளியே வந்தேன்.

***

8

ராஜீவ் காந்தி கொலை வழக்கில் 26 பேருக்குத் தூக்கு தண்டனை விதித்திருந்தது நீதிமன்றம். அதை ரத்து செய்யக்கோரி சென்னையிலே மாபெரும் பேரணி ஒன்றை அறிவித்திருந்தார் பழ.நெடுமாறன். எனக்கு அந்தப் பேரணியில் கலந்து கொள்ளவேண்டும்போல இருந்தது. யாரிடம் கேட்கலாம்? எனக்குப் பழக்கமானவர்களெல்லாம் எழிலும் அவருடைய குரூப்பும்தான். போலீஸிடம் கேட்கலாமா? அய்யய்யோ! அவ்வளவுதான். நம்மையும் விடுதலைப்புலி என்று கைது செய்து விடுவார்கள். விழுப்புரத்தில் தமிழ் வழிக்கல்வியில் இயங்கும் தாய்த் தமிழ் பள்ளியின் புரவலர் ஒருவருக்கு நன்கொடை கொடுக்க எழில் ஒருமுறை போயிருந்தார். நானும் கூடப் போயிருந்தேன். அவரிடம் கேட்கலாம் என்று முடிவு செய்தேன். அந்தப் பள்ளிக்குப் போனேன். அவருக்குச் சுமாராக நாற்பது வயது இருக்கும். அவர் பெயர் ராஜாராம். அவரைத்தான் என் அரசியல் வழிகாட்டி என்று நான் சொல்வேன். நான் போனபோது அவர் ஏதோ எழுதிக் கொண்டிருந்தார்.

'யாருங்க? என்ன வேணும்?' என்றார். நான் என்னை அறிமுகப்படுத்திக் கொண்டேன் கொஞ்ச நேரத்தில் என்னைப் பெயர் சொல்லி அழைத்து, சகஜமாகப் பேசத் தொடங்கிவிட்டார். அவரை எனக்கு ரொம்பவும் பிடித்துப்போனது.

'நாளைக்கு சென்னைக்குப் போறீங்களா?' என்றேன்.

'ஆமா தனியா ஒரு பஸ் ஏற்பாடு பண்ணியிருக்கோம். நீங்களும் வரிங்களா?' என்றார்.

காலை ஆறு மணிக்கு விழுப்புரத்திலிருந்து பேருந்து புறப்பட்டது. பேருந்துக்குள் சுமார் 50 பேர் இருந்தார்கள். அதில் இளைஞர்கள் பத்துப்பேர்தான். மீதிப்பேர் பெண்களும் வயதானவர்களும். வயதானவர்கள் கருப்புச் சட்டை போட்டிருந்தார்கள். பேருந்து புறப்பட்ட அரைமணி நேரத்தில், நான் எல்லோரிடமும் இயல்பாகப் பேசத் தொடங்கிவிட்டேன். அவர்கள் பேசிய பேச்சுகள், செய்திகள்

எல்லாம் எனக்குப் புதிதாக இருந்தன. சுமார் 10 ஆண்டுகளை வீணடித்துவிட்டதாக எனக்குத் தோன்றியது. கொஞ்ச நேரத்திலேயே இளங்கோ, பாலமுருகன், ராஜாராம், சங்கர் எனப் பலர் பழக்கமாகி விட்டனர். விழுப்பறையனார், முத்தமிழடியான், பெரியதம்பி என்று 70 வயதைத் தாண்டியவர்களும் தோழர்களாகிவிட்டனர். சென்னை அண்ணா சிலையிலிருந்து பேரணி புறப்பட்டு சேப்பாக்கம் விருந்தினர் மாளிகையில் முடியும் என்றார்கள்.

பேருந்தைவிட்டு இறங்கினோம். வங்கக்கடல் போல மனிதத் தலைகள். அண்ணா சிலையிலிருந்து விருந்தினர் மாளிகை வரை பேரணி என்றார்கள். 'ராஜீவ் கொலை வழக்கில் கைதான 26 பேருக்கு விதிக்கப்பட்ட தூக்கு தண்டனையை ரத்து செய்' என்ற கோஷத்துடன் மக்கள் வெள்ளத்தில் நீந்தி, ஒரு வழியாகத் தலைவர்கள் இருக்கும் இடத்தைச் சென்றடைந்தோம்.

ஒல்லியான உருவம், ஆறடி உயரம், வெள்ளை நிறத்தில் சட்டை வேட்டி, ஒரு மூக்குக் கண்ணாடியுடன் கொஞ்சம்கூடப் பதற்றப்படாமல் சாந்தமாக ஒருவர் நின்று கொண்டிருந்தார். அருகில் இருந்த ராஜாராமனிடம் கேட்டேன்.

'அண்ணா! அவரு யாரு?' என்றேன். 'அவர்தான் பழ.நெடுமாறன். நம்ம தலைவர்.' காங்கிரஸில் இருந்தவர் மதுரையில் இந்திராகாந்தியை தி.மு.க.வினர் தாக்கியபோது, தன் மீது தாங்கிக்கொண்டு இந்திராவைக் காப்பாற்றியவர். இந்திராவாலேயே தன் வயிற்றில் பிறக்காத பிள்ளை என்று ஏற்றுக் கொள்ளப்பட்டவர்.

பெருந்தலைவர் காமராஜரின் தளபதி. தமிழ்நாடு காங்கிரஸ் தலைவராகப் பொறுப்பு வகித்தவர். சிம்ம சொப்பனமாகத் திகழ்ந்த இந்திராவையே பகைத்துக்கொண்டு காங்கிரஸ் பொறுப்புகளைத் தூக்கி எறிந்துவிட்டு வந்தவர். விடுதலைப்புலிகளுக்காகக் குரல் கொடுத்ததற்காக இந்திய அரசால் நீண்ட நாள் சிறையில் வைக்கப்பட்டவர்... இப்படி ராஜாராமன், ஐயா நெடுமாறனைப் பற்றி விளக்கமாகச் சொல்லிக்கொண்டே போனார். நான் அப்போதே முடிவு செய்துவிட்டேன். நமக்கான சரியான அரசியல் களம் இதுதான்.

'ஐயா எந்தக் கட்சி?' என்றேன் ராஜாராமிடம்.

'அவரா? தமிழர் தேசிய இயக்கம். அதோ பறக்குது பார் அதுதான் கொடி. இந்தா இதுதான் அவரோட பத்திரிகை' என்று நீட்டினார்.

'தென் செய்தி' என்ற அந்தப் பத்திரிகையைக் கையில் வாங்கிக் கொண்டேன். ஒரு கொடியை அவிழ்த்து வைத்துக் கொண்டேன்.

கோஷம் விண்ணைப் பிளந்துகொண்டிருந்தது. எனக்குள் ஒரு சந்தேகம் இருந்தது. என்னை அந்த இயக்கம் ஏற்றுக் கொள்ளுமா? நான் எழிலுடன் இருந்த ஆள். என்னை இவர்கள் ஏற்றுக் கொள்வார்களா?

கொஞ்ச நாளில் தோழர் பாலமுருகனிடம் நெருக்கமாக இணைந்துவிட்டேன். நாங்கள் இருவரும் விழுப்புரத்தின் பல இடங்களில் சந்தித்தோம். உரையாடினோம். விவாதித்தோம். தாய்த் தமிழ் பள்ளிக்கூடத்தில் ஏதாவது ஓர் ஆலோசனைக் கூட்டம் வாரத்துக்கு இரண்டு நாள் நடக்கும். நானும் கலந்து கொள்வேன். தெருமுனைக் கூட்டம், பொதுக்கூட்டம், மாநாடு நிகழ்ச்சிகளுக்குப் போகத் தொடங்கிவிட்டேன் என்று பல கொஞ்ச நாளிலேயே எனக்குக் கட்சியில் பொறுப்பு அளிக்கப்பட்டது. தமிழர் தேசிய இயக்கத்தின் விழுப்புரம் மாவட்டத் துணைத்தலைவராக. இயக்கத்தில் இருந்தபோதே பத்திரிகையாளனாக வேண்டும் என்ற அந்த ஆசை மறுபடியும் தலையெடுத்தது. அதற்கு ஒரு வாய்ப்பும் கிடைத்தது. சென்னையிலிருந்து 'நேஷனல் டுடே' என்ற தமிழ் வார இதழ் ஒன்று வெளிவந்துகொண்டிருந்தது. அதன் ஆசிரியர் பழனி, செய்தி ஆசிரியர் ஆதிவெங்கடேசன். அவர்களைச் சந்தித்து என்னுடைய ஆர்வத்தைத் தெரிவித்தேன். என்னுடன் பழகிய கொஞ்சநேரத்திலே என்னை முழுமையாகப் புரிந்து கொண்டார்கள். நான் இப்போது ஒரு பத்திரிகையாளன். அதுவும் சுதந்தர பத்திரிகையாளன். வீரப்பன் இறந்து போனவுடன் அவரது மனைவி முத்துலெட்சுமி வீரப்பனின் நேர் காணலை நானும் லலித் குமாரும் சென்று எடுத்து வந்தோம். முக்கியத்துவம் வாய்ந்ததாக இருந்தது அந்த நேர்க்காணல்.

இயக்கத்தில் பல போராட்டங்களில் கலந்துகொண்டேன். கைதாகி, மாலையில் விடுதலையானேன். இப்படி, என்னுடைய பழைய வாழ்க்கையிலிருந்து நான் முழுவதும் விலகி வெளியே வந்துகொண்டிருந்தேன். இயக்கத்தில் புதிய தோழர்கள் கிடைத்தார்கள். பாபு, கருணாநிதி, சிவராமன், கணேசன், லலித்குமார், ஜெயராமன், இந்த நேரத்தில்தான் ஜெயலலிதா அரசால், மத்தியில் ஆளும் பி.ஜே. பி. அரசு கொண்டுவந்த பொடா சட்டம் பாய்ந்தது. ஐயா நெடுமாறன், சுபவீ, எங்களுடைய பொதுச்செயலாளர் பரந்தாமன் உள்ளிட்ட பலர் கைது செய்யப்பட்டார்கள். நெடுமாறன் கடலூர் மத்திய சிறையிலே

அடைக்கப்பட்டார். தமிழர் தேசிய இயக்கம் தடை செய்யப்பட்டது. கொடி. கட்சிப்பெயர் எதையும் பயன்படுத்தக் கூடாது என்று ஆணை வந்தது. 'தென் செய்தி' பத்திரிகை அலுவலகம் பூட்டி சீல் வைக்கப்பட்டது. காவல் துறையின் கெடுபிடி கொஞ்சம் அதிகமாகவே இருந்தது. என்னையும் தோழர் பாலமுருகனையும் விழுப்புரம் நகரக்காவல் நிலையத்துக்குக் கூப்பிட்டார்கள். 'இனி இந்த இயக்கத்தின் பெயரால் செயல்பட மாட்டோம்' என்று எழுதி வாங்கிக் கொண்டு, இயக்கம் தடைசெய்யப்பட்ட ஆணையை எங்களுக்கு அளித்தார் இன்ஸ்பெக்டர்.

இயக்கம் தடை செய்யப்பட்டாலும் நாங்கள் இயக்கத்தை நிறுத்திவிடவில்லை. பேராசிரியர் கல்யாணி தலைமையில் பொடா வழக்கில் உள்ளவர்களை மீட்கவும் வழக்குப் போடவும் நிதி திரட்ட ஆரம்பித்தோம். அப்போதுதான் எழிலை மறுபடியும் சந்தித்தேன். நானும் கல்யாணியும் எழிலிடம் போனோம். நிதி கேட்டோம். 'எவ்வளவு வேண்டுமோ கொடுக்கிறேன். நீங்கள் நடந்து சென்று எத்தனை பேரை பார்க்க முடியும்? என்னுடைய காரை பயன்படுத்திக் கொள்ளுங்கள்' என்றார். கொஞ்சநேரம் பேசிக்கொண்டிருந்துவிட்டுத் திரும்பினோம்.

நிதி வசூல் நடைபெற்றுக் கொண்டிருக்கும் போதே இடையில் ஒருநாள் கடலூர் மத்தியச் சிறைக்குச் சென்றேன். என்னுடன் நண்பர் அறவாழியும் வந்திருந்தார். கடலூர் மத்தியச் சிறைக்கு நீண்ட நாள்களுக்குப் பிறகு சென்றிருந்தேன். மனு எழுதிக் கொடுத்தேன். கொஞ்ச நேரத்தில் அழைத்தார்கள். எல்லோரும் நேர்காணல் பார்க்கும் இடமல்ல அது. சிறைக்கு உள்ளே தனியான அறை. தலைவர்களைமட்டும் நேர்காணல் பார்க்கும் பிரத்யேக இடம் பழ.நெடுமாறன் சிரித்தபடி வரவேற்றார். வணக்கம் சொல்லிவிட்டு அமர்ந்தோம். எதிர் எதிரே அமர்ந்து கொண்டோம். சாதாரண விசாரிப்புகள், சிறை வசதிகள் பற்றிப் பேசினோம். அடுத்து என்ன செய்வது என்று பேசிக் கொண்டிருந் தோம். எங்கள் இருவருக்கும் இடையில் ஒரு காவலர் அமர்ந்து கொண்டு நாங்கள் பேசுவதைக் குறிப்பெடுத்துக் கொண்டிருந் தார். 'யார் இவர்? நாம் பேசுவதை இவர் ஏன் குறிப்பெடுக்கிறார்?' என்றேன்.

அரசு உளவு வேலை பார்க்கிறது. நாம் ஏதாவது சதித் திட்டம் தீட்டுகிறோமா என்று கண்காணிக்கிறது. இவர் மட்டுமா? மேலே பார், வீடியோ கேமரா நம்மைப் பதிவுசெய்து கொண்டிருக்கிறது. என்னைக் கைது செய்து சிறையில் அடைத்து விட்டால் எல்லாம்

முடிந்துவிடும் என்று அரசு தப்புக்கணக்குப் போடுகிறது. 'என்னைக் கைது செய்தாலும் எல்லாம் சரியாக நடக்குமென்பது அரசுக்குத் தெரியவில்ல' என்று கூறிவிட்டு ஒரு புன்முறுவல் செய்தார். பிறகு, 'பார்த்து இருங்க தம்பி. இயக்க வேலைகளைப் பார்த்துக்கோங்க. மற்ற தோழர்களை யெல்லாம் கேட்டதாச் சொல்லுங்க' என்று கூறி எழுந்து நின்று இரு கைகளையும் கூப்பி வணக்கம் செலுத்தி எங்களை அனுப்பி வைத்தார்.

அதுவரை என்னை நோக்கி நீண்டிருந்த போலீஸின் கைகள் மடக்கப்பட்டு, போலீஸை நோக்கி என்கைகள் நீளத் தொடங்கியது, எந்த போலீஸ் தவறு செய்தாலும் எதிர்த்துக் கேட்பது, 'காவல் நிலையத்தில் என்னை அடித்துவிட்டார்கள்' என்று யாராவது சொன்னால், அந்தக் காவலர்களின் பெயர்களைப் போட்டு சுவரொட்டி அடிப்பது, போலீஸ்காரர்களின் முகங்களைக் கிழித்தெரியும் விதத்தில் துண்டறிக்கை அச்சிட்டு வெளியிடுவது என்று நான் களமிறங்கினேன். நான் இப்போது எழிலிடம் இருந்த ஜோதி இல்லை. அதற்கு நேர் எதிரான ஜோதி.

கடலூர் சிறையிலிருந்து 914 நாள்களுக்குப் பிறகு ஐயா நெடுமாறன் விடுதலை செய்யப்பட்டார். அதுவும் ஜாமீனில். அதன்பிறகு, தோழர்கள் பாபு, கருணாநிதியுடன் இணைந்து சில ஒப்பந்த வேலைகளை செய்யத் தொடங்கினேன். பொருளாதாரம் மிக முக்கியமானது அல்லவா.

வீட்டில் அப்பாவுக்கு என் மாற்றம் பிடித்திருந்தது. நன்றாகப் பேசுவார். விவாதிப்பார். அம்மா மட்டும் என் அரசியலைப் பற்றி பேசுவதில்லை. கூடவே இன்னொன்றும் சேர்ந்துகொண்டது. பெண் பார்க்கும் படலம். ஒரு நாள் அம்மா, 'வயசாகுதுல்ல. ஒரு கல்யாணம் பண்ணிக்கடா. நான் உயிரோட இருக்கும்போதே கல்யாணம் பண்ணிக்கடா. நீ மட்டும் சரின்னு சொல்லு. உளுந்தூர்பேட்டையில ஒரு பொண்ணு இருக்குதாம். பாத்துட்டு வந்துடலாம்' என்றார்.

உளுந்தூர்பேட்டை என்றவுடன் எனக்கு லலித்குமாரும் சாத்தனூர் ராசனும் நினைவுக்கு வந்தார்கள். என்னுடைய நண்பர்கள். 'சரி பாக்கலாம். நாளைக்கு உளுந்தூர்பேட்டைக்குப் போகலாம்' என்றேன். அம்மாவுக்குச் சந்தோஷம் தாங்கவில்லை.

அந்தப் பெண் பெயர் அமுதா. வயது 27. வணிகவியல் முதுகலை படித்தவர். எங்கள் இருவருக்கும் பிடித்துப் போனது. திருமணம்

உறுதியானது. ஐயா நெடுமாறன் தலைமையில்தான் திருமணம் நடக்கவேண்டும் என்று உறுதியாகச் சொல்லிவிட்டேன்.

13.05.2005 விழுப்புரத்தில் ஐயா நெடுமாறன் தலைமையில் பேராசிரியர் சுபவீ, பேராசிரியர் கல்யாணி முன்னிலையில் திருமணம் நடந்தது. ஒரு அடியாளாக, ஒரு சிறைக்கைதியாக இருந்த நான், இப்போது குடும்பத் தலைவன். அதற்குப் பிறகு, தோழர்களின் ஒத்துழைப்போடு ஒரு சிற்றிதழ் ஆரம்பித்தேன். அந்தப் பத்திரிகைக்குப் பெயர் 'ஆயுத எழுத்து.' அப்போது நெய்வேலியில் நடந்த ஒரு கலந்துரையாடலுக்குச் சென்றபோது, எனக்கு டெல்லியைச் சேர்ந்த புகைப்பட பத்திரிகையாளர் மாதவன் அறிமுகம் கிடைத்தது. 'மாற்று' சுந்தர...

பாண்டியன், லலித்குமார் இருவரும் என்னுடன் எப்போதும் விவாதிக்கிறவர்கள், விமரிசனம் செய்கிறவர்கள். அங்கு நடந்த ஆலோசனையில் சிற்றிதழ் தொடங்குவதென முடிவானது. 'வானவில்' என்னும் வாழ்வியல் இதழ் தொடங்குவது என முடிவானது. 'வானவில்' பத்திரிகைக்கு நான் இணையாசிரியர். நான், சுந்தரபாண்டியன், லலித்குமார் மூவரும் புது டெல்லிக்குச் சென்றோம். இதழ் வெளிவந்தது. பான்பராக் வாயுடனும், பீடிப்புகையுடனும், கத்தி கடப்பாரையுடனும் சுற்றிய நான், இப்போது பத்திரிகையாளன். அத்தோடு 'தமிழன்' தொலைக்காட்சியிலும் செய்தியாளனாகப் பணியாற்றினேன். என்னுடைய வாழ்க்கையில் யாரும் இடையூறு செய்துவிடாமல் பார்த்துக்கொண்டே நான் பயணம் செய்ய ஆரம்பித்தேன். ஆனாலும் சிறை என்னை விட்டுவிடவில்லை.

***

9

சிங்கள விமானப்படை குண்டுவீசித் தாக்கியதில் சுப தமிழ்ச்செல்வன் உள்ளிட்ட ஆறு பேர் மரணம் அடைந்தனர். பழ.நெடுமாறன், வைகோ, மணியரசன், ராஜேந்திர சோழன் எனப் பல்வேறு தலைவர்கள் தலைமையில் சென்னை தீவுத்திடல் அருகில் உள்ள மன்றோ சிலையிலிருந்து மௌன ஊர்வலம் நடத்தத் திட்டமிட்டிருந்தனர். அரசு அந்த ஊர்வலத்தை நடத்தவிடவில்லை. பலபேர் கைது செய்யப்பட்டோம்.

எப்போது போராட்டம் என்றாலும் காலையில் கைது செய்து மாலையில் விட்டுவிடுவார்கள். அந்த முறை போலீஸ் கெடுபிடிகளைப் பார்த்தால் கைது செய்து, வெளியில் விடுவது போலத் தெரியவில்லை. எங்களை ஏற்றிச் சென்ற வேன் எழும்பூர் ராஜரத்தினம் விளையாட்டு மைதானத்தை அடைந்தது. என்னுடன் விழுப்புரத்திலிருந்து வந்திருந்த தோழர்கள், பல்வேறு காரணங்களுக்காகக் கைதாகவில்லை. நான் மட்டும் கைதாகி இருந்தேன். ராஜரத்தினம் மைதானத்துக்கு ஏற்கெனவே நூறு பேர் கைது செய்து, கொண்டு வரப்பட்டிருந்தனர். கொஞ்ச நேரத்தில், வைகோ, பழ. நெடுமாறன் போன்ற முக்கியத் தலைவர்களையெல்லாம் கைது செய்து அழைத்து வந்தது காவல்துறை. சிறிதுநேரத்திற்கெல்லாம் எங்கள் இயக்கத்தைச் சேர்ந்தவர்கள் ஒன்றாகிவிட்டோம். எங்களுக்குக் கைது பற்றிய பயமோ, கவலையோ இல்லை. வரிசையில் நின்று பெயர்களைப் பதிவுசெய்து கொண்டோம். தலைவர்கள் உள்பட, சுமார் 250 பேர் கைது செய்யப்பட்டிருந்தோம். அதற்குள் வீட்டிலிருந்து செல்போனில் அழைப்பு வந்தது. தொலைக்காட்சியில் செய்தி பார்த்துவிட்டு என் மனைவி பேசினாள். அவளுக்கு இதுபோன்ற அனுபவம் முற்றிலும் புதிது. எப்படிச் சொல்லிப் புரியவைப்ப தென்றே எனக்குத் தெரியவில்லை. கலங்கிப் போயிருந்தாள். என் மாமனார் முத்து என்னை நன்கு புரிந்து வைத்திருந்தவர். அவரிடம் போனில் பேசினேன். அவரிடம் நான் கைது செய்யப்பட்ட விவரத்தைச் சொன்னேன்.

'எத்தனை நாள் ஆகும் தம்பி, திரும்பி வர்றதுக்கு?' என்று கேட்டார். 'தெரியவில்லை' என்று பதில் சொன்னேன். அவ்வளவு தான் இனி அவர் என் மனைவியை சமாதானப்படுத்திவிடுவார். என்பது புரிந்தது.

'நான் பாத்துக்கறேன். நீங்க பத்திரமாக இருங்க தம்பி' என்றார். இருந்தாலும் எனக்கு என் ஒரு வயது மகள் தமிழினியை நினைத்தால்தான் கவலையாக இருந்தது. நான் இல்லாமல் தூங்கக்கூடமாட்டாள்.

இரவு ஏழு மணிக்குப் பெயர்களை சரிபார்க்கத் தொடங்கியது காவல்துறை. சிறை உறுதி என்பது தெரிந்துவிட்டது. என்னுடைய உடைமைகளை விழுப்புரம் தோழர்களிடம் ஒப்படைத்தேன். மீண்டும் வீட்டுக்கு போனில் பேசி, சிறைக்குப் போவதைச் சொன்னேன். என் மனைவி போனிலேயே அழுதுவிட்டாள். தைரியப்படுத்தினேன். ஐயா நெடுமாறன், வைகோ, மணியரசன் இவர்களெல்லாம் கொஞ்சம்கூட சிறைக்குப் போகிறோம் என்ற கவலையே இல்லாமல், ஏதோ மாநாட்டுக்குப் புறப்படுவதுபோல தயாரானார்கள். உணவுப் பொட்டலங்கள் வழங்கியது போலீஸ். இட்லி, சட்டினி. சாப்பிட்டோம். வரிசையாகப் பெயர்களை வாசித்தார்கள்.

'கா.பரந்தாமன், மானாமதுரை...' 'பா.ஜோதி நரசிம்மன், விழுப்புரம்...'

போலீஸ் வேனில் ஏறினேன். நானும் பரந்தாமன் ஐயாவும் ஒரே இருக்கையில் அமர்ந்தோம்.

'என்ன நரசிம்மன், மாத்திக்க துணி கொண்டு வரலையா?'

'இருக்குங்க. தோ கைலி. அது தோழர் சிவராமனின் கைலி.' சிறைக்குள்ளே மாற்றிக் கொள்ளவேண்டுமென்பதற்காக வாங்கி வைத்திருந்தேன்.

வேனுக்குள் ஏற்றப்பட்ட நாங்கள் சுமார் இரண்டு மணி நேரம் வேனுக்குள்ளேயே உட்கார வைக்கப்பட்டிருந்தோம். காற்று இல்லாமல் ஒரே புழுக்கமாக இருந்தது. இடையிடையே தமிழினி நினைவு வேறு. எங்களை நீதிமன்றத்தில் ஆஜர் படுத்தி, அவரிடம் உத்தரவு வாங்கவேண்டும். அப்போதுதான் சிறையிலடைப்பார்கள். இந்நேரம் நீதிபதி வீட்டுக்குப் போயிருப்பார். மணி இரவு 9. இவ்வளவு பேரையும் நீதிபதி வீட்டுக்கு அழைத்துச் செல்வது

சாத்தியப்படாது, நீதிபதியை இங்கே வரவழைத்துவிட வேண்டும் என்று காவல்துறை அதிகாரிகள் முடிவெடுத்தார்கள். நீதிபதி வந்தார். பெயர்கள் வாசிக்கப்பட்டபோது, ஒவ்வொருவரையும் பார்த்தார். ‘அரசின் தடையை மீறியதற்காக உங்களை 15 நாள் சிறையில் வைக்க உத்தரவிடுகிறேன்’ என்றார்.

மணி நள்ளிரவு பன்னிரண்டைத் தாண்டியபிறகு, சுமார் பத்து வாகனங்கள் எங்களை ஏற்றிக்கொண்டு, பலத்த பாதுகாப்புடன் புழல் சிறையை நோக்கிப் புறப்பட்டன. வழியெல்லாம் நாங்கள் கோஷமிட்டபடி போனோம்.

புழல் சிறை.நீண்ட நாள்களுக்குப் பிறகு, மீண்டும் சிறைச்சாலை. கடலூர் சிறை போலத்தான் இருக்குமா, இல்லை இது வேறு மாதிரி இருக்குமா? இப்படி யோசித்தபடி தலைவர்களுடன் நானும் வரிசையில் நின்றேன். எனக்கு முன்னால் நின்ற மருத்துவர் சுந்தர், பையில் செல்போன், கையில் கடிகாரம் கட்டியிருந்தார். சோதனை செய்த சிறைக்காவலர், ‘செல்போன், கைக்கடிகாரத்தை உள்ளே எடுத்துச்செல்ல அனுமதியில்லை. உங்கள் முகவரியை எழுதி இந்த உறையிலே போட்டு வையுங்கள். விடுதலையாகும்போது திரும்பக் கொடுத்துவிடுவோம்’ என்று கூறி வாங்கி வைத்துக் கொண்டார். ஒவ்வொருவராகச் சோதனை செய்து, புழல் சிறைக்குள் அனுப்பினார்கள். தலைவர்களுக்குத் தனி அறையில் அமர்வதற்கு அனுமதி அளித்திருந்தார்கள். நாங்கள் சிறைச் சாலைக்குள் நுழைந்தோம்.

பகலை மிஞ்சும் விளக்கு வெளிச்சம். ஏதோ தொழிற்சாலைக்குச் செல்வது போலத் தார்ச் சாலைகள். உள்ளே ம.தி.மு.க. துணை பொதுச்செயலாளர் மல்லை சத்யா, பல்துலக்க பிரஷ், பேஸ்ட், எண்ணெய், சோப்பு என எல்லோருக்கும் கொடுத்தார். இது தனி ஏற்பாடு, சிறைத்துறையினர் இவற்றை எல்லாம் தர மாட்டார்கள். சிறைத்துறையினர் ஆளுக்கு ஒரு போர்வை, பெட் ஷீட், ஒரு சில்வர் தட்டு, இரண்டு லிட்டர் கொள்ளளவு உள்ள சில்வர் குவளை ஆகியவற்றைத் தந்தார்கள். கடலூர் சிறையில் இவையெல்லாம் கிடையாது. உயரமான கட்டடங்கள், ஆளுயர மதில் சுவர்கள். சுவர்களைச் சுற்றிலும் மின் கம்பி வேலிகள், தொகுதி மூன்றுக்கு உள்ளே நுழைந்தோம்.

திருமண மண்டபம்போல அது காட்சியளித்தது. தரையில் மார்பிள் கற்கள் பதித்து சுமார் 40 பேர் தங்கக்கூடிய விசாலமான

அறை. இரண்டு நபர்களுக்கு ஒரு மின்விசிறி, குழல்விளக்கு மிகப்பிரமாதமாகக் காட்சியளித்தது சிறை. நவீன கழிப்பறை, எந்த நேரமும் தண்ணீர் வரும் குழாய் அமைப்பு. சிறைக்கு வந்ததுபோல எந்த எண்ணமும் இல்லை எனக்கும் மற்றவர்களுக்கும். தரையைச் சுத்தம் செய்துவிட்டுப் படுக்கையை விரித்தேன். கோஷம் போட்டதில் தொண்டை வலித்தது. வீட்டு நினைவு வந்தது.

கைதாகி சிறைக்குச் செல்வோம் என்று தெரியாது. தெரிந்திருந்தால் ஆறுதலாக நாலு வார்த்தை சொல்லிவிட்டு வந்திருப்பேன். தமிழினி தூங்கியிருக்க மாட்டாள். பாவம் அப்பாவைத் தேடியிருப்பாள். வெளியே சென்றால் எப்படியாவது இரவு வீட்டுக்குத் திரும்பிவிடுவேன். ஒரு நாள், இரண்டு நாளென்றால் பரவாயில்லை. எப்போது விடுதலை என்பது தெரியவில்லை. எப்படியும் ஒரு வாரத்துக்கு மேல் ஆகிவிடும். அரசியல் கைதுதானே! கொஞ்சம் தெம்பாக இருந்தது. எப்படித் தூங்கினேன் என்றே தெரியவில்லை. மறுநாள் விடிந்தது. எழுந்திருக்க மனமில்லாமல் படுத்தே கிடந்தேன்.

அரங்கன் எழுப்பினார். ‘ஜோதி! டீ குடிச்சுட்டு வரலாம் வா!’ எனக்கு டீ என்றால் உயிர். ‘கையில காசில்ல. எப்பிடி குடிக்கறது?’ என்றேன்.

‘அட! நாமெல்லாம் அரசியல் கைதிப்பா. நமக்குக் காசு கிடையாது. இலவசம்தான். வா போயி வாங்கிட்டு வருவோம்’ என்றார் அரங்கன். நாங்களும் டீ வாங்கும் வரிசையில் நின்றோம். டீ வாங்கிக் குடித்தோம். அதே சுவை. கொஞ்சம்கூட மாறவில்லை. கடலூர் சிறையில் குடித்தது போலவே இருந்தது. ஒருவரை ஒருவர் சந்தித்துப் பேசிக் கொண்டிருந்தபோதே ‘படி’ வந்துவிட்டது. அது காலை 7 மணி. எனக்குப் பசி எடுத்தது. அரங்கனை அழைத்துக்கொண்டு தட்டோடு நின்றேன். எங்களுடன் கைதானவர்களில் பலர் சிறைக்குப் புதியவர்கள். அதை அவர்களுடைய நடவடிக்கையே காட்டிக் கொடுத்தது. கடலூர் சிறையில் நான் எப்படிக் கூச்சப்பட்டேனோ, அதேபோல அவர்கள் இருந்தார்கள். அந்தக் கைது வேறு, இந்தக் கைது வேறு என்பதில் நல்ல புரிதலோடு இருந்தேன் நான். அன்றைக்குக் காலையில் படி பொங்கல், பருப்பு சட்டினி. கொஞ்சம்கூட மாறவில்லை சிறை உணவு. நெடுமாறன் உணவு வாங்க வரிசையில் நின்றுகொண்டிருந்தார்.

‘ஐயா! நான் வாங்கிட்டு வர்றேனே?’ என்றேன்.

‘போப்பா. முடியலன்னா சொல்லி அனுப்புறேன்’ என்றார் சிரித்தபடி.

சாப்பிட்ட பிறகு, அரங்கனிடம், ‘அண்ணா குளிக்கணும்’ என்றேன்.

‘இரு. குளிக்கிற இடம் எங்க இருக்குன்னு பாத்துட்டு வர்றேன். கொஞ்ச நேரம் படுத்திரு’ என்று சொல்லிவிட்டுச் சென்றார். நான் புரண்டு புரண்டு படுத்தேன். ஏதாவது புத்தகம் இருந்தால் படிக்கலாம்போல இருந்தது. மருத்துவர் சுந்தர் அருகில் படுத்திருந்தார். அவரிடம் ஒரு புத்தகத்தை வாங்கிப் படித்தேன். அதற்குள் அரங்கனும் வந்துவிட்டார்.

‘ஜோதி வா போகலாம்’. என்றார். கிளம்பினோம். எங்களைப் போலவே எங்கள் இயக்க பொதுச் செயலாளர் குளிப்பதற்கு இடம் தேடிக் கொண்டிருந்தார், நான் கைலி கட்டியிருந்தேன். மாற்று உடை எதும் இல்லை. துவட்ட துண்டுகூட இல்லை.

‘ஜோதி துண்டு இருக்கா?’ என்றார் பரந்தாமன்.

‘இல்லைங்கைய்யா’ என்றேன்.

‘இந்தாத்துண்டு. என்கிட்ட ரெண்டு துண்டு இருக்கு. வச்சிக்கோ’ என்றார். குளியலறை மிகப்பிரமாதமாக இருந்தது. துணி துவைக்க கருங்கல்லால் கட்டி வைக்கப்பட்ட கட்டை, சுமார் 5000 லிட்டர் கொள்ளளவு கொண்ட தொட்டி, எந்நேரமும் தண்ணீர் வரும் குழாய், அதிநவீன வசதிகளுடன் கொண்ட கழிவறை. நான் சுகமாகக் குளித்தேன்.

***

10

சகல வசதிகளுடனும் இருந்தது புழல் சிறை. ஒவ்வோர் அறையாக யார் யார் இருக்கிறார்கள் என்று பார்க்கக் கிளம்பினோம் நானும் அரங்கனும். கீழ்த்தளத்தில் ஏழு தொகுதிகள், மாடியில் ஏழு தொகுதிகள். கீழ்த்தளம் முழுவதும் அரசியல் கைதிகளால் நிரம்பி இருந்தது. ம.தி.மு.க. தோழர்கள் அதிகம் அறிமுகம் இல்லாதவர்களாக இருந்தார்கள். எங்களுக்குத் தெரிந்தவர்களைக் கண்டு நலம் விசாரித்தோம். பிறகு, நானும் அரங்கனும் மேல் தளத்துக்குச் சென்றோம். நான்காவது அறையில் நெடுமாறனும் வேறு சில தலைவர்களும் இருந்தார்கள்.

ஐந்தாவது அறையில் வைகோ மட்டும் இருந்தார். எங்கள் அறையைப் போலவே 40 பேர் தங்கக்கூடியது அது. நெடுமாறன் ஐயா எங்களை விசாரித்தார். எங்கள் எல்லோரையும் அவருடைய அறைக்கே வந்து தங்கச் சொன்னார். எங்களுடைய உடைமைகளை அவருடைய அறைக்கு மாற்றினோம். தலைவர்கள் அறையில் தங்கினால், சுதந்தரமாகப் பேசமுடியாது, சிரிக்க முடியாது, சில விஷயங்களை விவாதிக்க முடியாது என்று நினைத்தேன். அதற்கெல்லாம் மாறாக இருந்தது அந்தச் சூழல்.

நானும் மருத்துவர் சுந்தரும், அரங்கனும் சிறையைச் சுற்றிவரக் கிளம்பினோம். ஒரு கன்விக்ட் வார்டர் எதிரில் வந்தார். கையில் ஒரு பெரிய பை.

'சார்! பில்லோ வேணுமா? ஏர்பில்லோ, சோப்பு, சீப்பு, பேஸ்ட், பிரஷ், பீடி, சிகரெட்' அவரிடம் அத்தியாவசிய பொருள்கள் எல்லாம் இருந்தன.

அரசியல் கைதிகள் சிறைக்குள் வந்தால் சிறையதிகாரிகளே இந்த மாதிரிப் பொருள்களை வாங்கிக்கொடுத்து விற்கச் சொல்வார்கள். அரசியல் கைதிகள் கையில் நிறைய பணம் வைத்திருப்பார்கள். கொஞ்ச நாள்கள்தான் சிறையில் இருப்பார்கள். அப்போது சம்பாதித்தால்தான் உண்டு. பணப்புழக்கமும் அப்போதுதான் சிறையில் அதிகமாக இருக்கும்.

‘தலகாணி எவ்வளவு?’ என்று கேட்டார் அரங்கன்.

‘150 ரூபாய் சார்!’. வெளியில் 75 ரூபாய்க்கு விற்கும் காற்று தலையணை உள்ளே இரண்டு மடங்கு விலையில். எல்லாப் பொருள்களும் அப்படித்தான். சிறை வராண்டாவில் நடந்தோம். ஒரு மூலையில் சிலர் கூட்டமாக இருந்தார்கள். டீ வியாபாரம். ஒரு பெரிய ஃபிளாஸ்க்கில் டீயை வைத்து விற்றுக்கொண்டிருந்தார் ஒரு தண்டனைக் கைதி.

மூன்று பேரும் டீ குடித்தோம். மதிய உணவு கடலூரில் பார்த்த அதே அச்சடித்த சோறு. குழம்பு, ரசம் அதே சுவையோடு இருந்தது. சாப்பிட்டுவிட்டு, மின்விசிறிக் காற்றில் நன்கு தூங்கிவிட்டேன். மாலை மணி நாலு இருக்கும். எழுந்து பார்த்தேன். அறையில் யாரும் இல்லை. முகம் கழுவிக் கொண்டேன். புழல் சிறையில் முகம் கழுவ, கைகழுவத் தனியாக மேடை அமைக்கப்பட்டிருந்தது. திரும்பிப் பார்த்தேன் இரண்டு கைகளிலும் பையுடன் வந்தார் அரங்கன். என்ன? என்றேன். ‘ஐயாவைப் பாக்கறதுக்கு அம்மாவும் உமாவும் வந்திருந்தாங்க. அதான் பழம், பிஸ்கட், மாத்திரைன்னு கொடுத்து அனுப்பினாங்க.வா, ஆளுக்கு ஒரு ஆப்பிள் சாப்பிடலாம்’ என்றபடி ஒரு ஆப்பிளைத் தந்தார். வாங்கிக் கொண்டேன்.

பிறகு, இருவரும் வெளியே சுற்றிப் பார்க்கப் புறப்பட்டோம். முழுக்கத் தார்ச்சாலைகள். இரு புறமும் புல்தரைகள். மிக நேர்த்தியாக வடிவமைக்கப்பட்டிருந்தது புழல் சிறை.

மாலை வெயிலில் ஏதோ பூங்காவுக்குள் நடப்பதுபோல இருந்தது. உயரமான மதில்சுவர்கள். விறு விறுப்பாக செயல்படும் கன்விக்ட் வார்டர்கள். பொட்டு வைத்தது போல ஆங்காங்கே சிறைக் காவலர்கள், எனக்கு ஏதோ ஒரு புது ஊரைச் சுத்திப் பார்ப்பதுபோல இருந்தது. புழலில் மூன்று சிறைகள். புழல்-1ல் தண்டனைக் கைதிகளும் அரசியல் கைதிகளும், முதல்வகுப்புப் பிரிவுக் கைதிகளும், தூக்குத் தண்டனைக் கைதிகளும் அடைத்து வைக்கப்பட்டிருந்தார்கள்.

புழல்-2, விசாரணைச் சிறைக் கைதிகள் அடைத்து வைக்கப்படுகிற இடம். அதாவது, குற்றச் செயல்களில் ஈடுபட்டதாகச் சந்தேகிக்கப்படுகிறவர்களை வைக்கிற இடம். கொலைக் குற்றம், கொலை முயற்சி, கடத்தல், கற்பழிப்பு, திருட்டு எனப் பல்வேறு குற்றங்களில் ஈடுபட்டதாக சந்தேகிக்கும் நபர்களை அடைத்து வைக்கிற சிறை. புழல்-3, பெண்களுக்கான சிறை.

புழல் சிறை வட்டவடிவமான அமைப்பு கொண்டது. இதில் நான்கு தொகுதிகளில் இரண்டு தொகுதிகள் ஆயுள்தண்டனை கைதிகளுக்கானது. அவர்கள் சுமார் 500 பேர் இருப்பார்கள். அதைத் தொடர்ந்து உயர்பாதுகாப்பு பொருந்திய சிறை. இது ஏழடுக்குப் பாதுகாப்பு கொண்டது. அவ்வளவு எளிதாக அங்கு இருப்பவர்களைப் பார்க்க முடியாது. ஆயுதம் தாங்கிய காவலர்கள் எந்த நேரமும் இருப்பார்கள். இதற்குள் இருக்கும் கைதிகள், தனித்தனியாக அறைகளில் அடைக்கப்பட்டிருப்பார்கள்.

நான் அங்கு இருந்தபோது, அந்தச் சிறையில் கொடைக்கானல் வெடிகுண்டு வழக்கில் சதித் திட்டம் தீட்டியதாக உயர் நீதிமன்றத்தால் தண்டனை விதிக்கப்பட்ட குணத்தொகையன் இருந்தார். இவர் பெருஞ்சித்திரனாரின் மருமகன். ஐந்தாண்டு தண்டனை விதிக்கப்பட்டு இருந்தார். மாவோயிஸ்ட் சுந்தர மூர்த்தி, செயின்ட்ஜார்ஜ் கோட்டைக்கு வெடிகுண்டு வைத்ததாகக் கூறி கைது செய்யப்பட்ட ஐயப்பன், வேறு சில இஸ்லாமிய இயக்கத்தைச் சேர்ந்தவர்கள் அந்த உயர் பாதுகாப்புத் தொகுதியில் இருந்தார்கள். அவர்கள் அங்கே ஒரு காய்கனி தோட்டம் ஒன்றையும் நிறுவி பராமரித்து வந்தனர், இவர்களுக்கு மிகக்கெடுபிடியான பாதுகாப்பு. ஒவ்வோர் அடுக்கு பாதுகாப்புக்காகவும் மின்கம்பி வேலிகள் இருந்தன. இவர்கள் மற்ற கைதிகளுடன் சகஜமாகப் பழகமுடியாது. எப்போதும் தீவிர கண்காணிப்பில் இருப்பார்கள். உயர் பாதுகாப்பு பொருந்திய சிறையைத் தொடர்ந்து தூக்குமேடை இருந்தது. அது எப்போதும் பூட்டியேதான் இருக்கும். அதிநவீன தூக்குமேடை. இப்போது புழல் சிறையில் தூக்குத் தண்டனைக் கைதிகள் யாரும் கிடையாது. புழல் சிறை கட்டியதிலிருந்து தூக்குதண்டனை யாருக்கும் நிறைவேற்றப்படவில்லை.

அதற்கு அடுத்து நூலகம் இருந்தது. அதைப் பாடசாலை என்றும் சொல்லலாம். காலையில் நன்கு படித்த கைதிகள், தமிழ், ஆங்கில பாடம் நடத்துவார்கள். நான் பார்க்கும்போது, சுமார் 25 பேர் ஏதோ படித்துக்கொண்டிருந்தார்கள். வெளியில் ஒரு கரும்பலகை இருந்தது. அதில் யாராவது தினமும் ஒரு திருக்குறள் எழுதி வைப்பார்கள். அதற்கடுத்து மருத்துவமனை. மிகவும் தூய்மையான பகுதி. கடலூர் மத்தியச் சிறைபோல் இல்லை. நல்ல தரமான மருந்துகள் இருந்தன. எங்களுடன் தங்கியிருந்த இயக்குநர் கௌதமனின் தந்தை வடமலைக்கு மலச்சிக்கல் இருந்ததால், அந்த மருத்துவமனையில் சிகிச்சை எடுத்துக் கொண்டார். உடனே குணமாகிவிட்டது.

நல்ல தூய்மையான கழிப்பறை. கட்டிலுடன் கூடிய படுக்கை வசதி, மருத்துவமனையைத் தொடர்ந்து இன்னொரு தொகுதி இருந்தது. அது ஆண்டுச் சிறை பெற்ற கைதிகள் இருக்குமிடம். அதாவது, ஆயுள் தண்டனை இல்லாதவர்கள். இங்கிருப்பவர்கள் பெரும்பாலும் அடிக்கடி சிறைக்கு வருபவர்களாக இருப்பார்கள். அப்போது அந்தச் சிறையில் ம.தி.மு.க.வின் முக்கியப் பொறுப்பில் இருந்த சு.ஜீவனின் தம்பி பங்க்ராஜ் இருந்தார். அவர் எனக்கு ஏற்கெனவே அறிமுகமானவர். எழிலுடன் இருந்தபோது பழக்கம். ஒரு காலத்தில் மிஸ்டர் மெட்ராஸாக இருந்தவர்: பல்வேறு குற்றச் செயல்களில் ஈடுபட்டதாகத் தண்டனை பெற்று சிறையில் இருந்தார். அவர் வெளியில் இருக்கும்போதும் சரி. சிறைக்குள் இருக்கும்போதும் சரி. ஒரு குழுவாகத்தான் இருப்பார்.

அந்தக் கட்டடத்தைத் தொடர்ந்து புழல் சிறையின் பெரிய நுழைவாயில். பக்கத்தில் நேர்காணல் அறை. அதற்கடுத்து சமையலறை. அதனையடுத்து முதல் வகுப்பு கைதிகளுக்கான சிறை. அங்கே அப்போது டாக்டர் பிரகாஷ் இருந்தார். மாலை நேரங்களில் பேட்மிட்டன் விளையாடுவார். யாரும் அவரைப் பார்ப்பதற்குப் பிரியப்படுவதில்லை. அவர் செய்த குற்றம் அப்படி. கைதிகள் இதுபோன்ற குற்றவாளிகளுடன் பழகுவதைத் தவிர்த்துவிடுவார்கள். அதற்கு அடுத்த தொகுதியில்தான் நாங்கள் அடைக்கப்பட்டிருந்தோம்.

ஒருவழியாகச் சிறை முழுவதையும் சுற்றி முடித்தபோது, மாலை 4.00 மணியாகிவிட்டது. கடலூர் சிறையைப் போலவே இந்தச் சிறையிலும் கடிகாரம் கிடையாது. அரசியல் கைதி என்பதால் கடிகாரம் கட்டிக்கொள்ள தலைவர்களுக்கு அனுமதி கிடைத் திருந்தது. அவ்வப்போது பரந்தாமன் ஐயாவிடம் நேரம் பார்த்துக்கொள்வோம். புழல்சிறையின் மத்தியில் ஒரு பெரிய புல்தரை தினமும் பராமரிக்கப்படும். அதற்கு நடுவில் கலை நிகழ்ச்சிகள் நடத்துவதற்கு ஏதுவாக ஒரு கலையரங்க மேடை. அதற்குப் பின்னால் ரெமிஷன் ஆபீஸ், கேண்டீன் இருந்தன.

கேண்டீனில் பகல்முழுவதும், டீ, சுக்குமல்லி காபி, பஜ்ஜி, வடை கிடைக்கும். சாதாரண விலைக்கே இவையெல்லாம் கிடைக்கும். பகல் நேரத்தில் மதிய உணவு, சாம்பார், சாதப் பொட்டலங்கள்கூட விற்பனைக்கு இருக்கும். அரசியல் கைதிகள் என்பதால் எங்களுக்குக் கொஞ்சம் தாராளமாகவே கிடைக்கும்.

தண்டனைக் கைதிகளுக்கு அப்படி இல்லை. அளவோடுதான் தருவார்கள். உணவு நாம் நினைப்பதுபோல இருக்காது. அவர்கள் கொடுப்பதுதான் உணவு.

மாலை 5 மணிக்கு அவித்த வேர்கடலை கொடுத்தார்கள். புழல் மத்தியச் சிறையில் மாலை நேரத்தில் தினமும் தின்பதற்காக எதையாவது தருகிறார்கள். எனக்கு நண்பர்களோடு இருந்ததில் சிறையில் இருந்த உணர்வே வரவில்லை. தமிழினியின் நினைவுமட்டும் அடிக்கடி வந்துகொண்டிருந்தது.

இரவு ‘படி’ கொடுத்து முடித்தவுடன் பூட்டிவிட்டார்கள். விசாலமான அறை எங்களுடையது. எங்களைத் தனித்தனியாகப் பூட்டவில்லை. மொத்தமாக அந்தத் தொகுதிக்குள்ளிருந்து வெளியேறும் மெயின்கேட்டை மட்டும் பூட்டினார்கள். 4-வது அறையில் கூட்டம் நடக்கப்போகிறது என்று மல்லை சத்யா சொல்லியிருந்தார். எல்லோரும் கூடினோம். ஒவ்வோர் அமைப்பிலிருந்தும் ஒருவர் பேசினார். எங்கள் அமைப்பிலிருந்து பொதுச்செயலாளர் பேசினார். இறுதியாக ஐயா நெடுமாறனும், வைகோவும் பேசினார்கள்.

‘நாம் நீதிமன்றத்தில் ஜாமீன் கேட்க வேண்டாம். அரசே நம்மை விடுதலை செய்யும்வரை சிறையிலிருப்போம்’ என்று பேசினார் வைகோ கூட்டம் முடிந்து அனைவரும் கலைந்தோம்.

விசாரணை, தண்டனைக் கைதிகளைவிட அரசியல் கைதிகளுக்குச் சற்றுச் சுதந்தரம் அதிகம். கெடுபிடிகள் சுத்தமாக இல்லை. இரவில் அடைத்துவிடுவார்கள் அவ்வளவுதான். அரசியல் கைதிகளுக்கு உணவுகூடப் போதுமான அளவில் கிடைக்கும். அன்று இரவு நல்ல தூக்கம் வந்தது. சென்னை என்றாலே கொசுவுக்குப் பஞ்சமிருப்பதில்லை. ஆனால் அதற்கு நேர்மாறாக இருந்தது புழல் சிறை. ஒரு கொசுகூடக் கிடையாது. எனக்கே ஆச்சரியம். மிக நேர்த்தியாக வடிவமைக்கப்பட்ட கட்டடம். முழு சுகாதாரத்துடன் கூடிய அறைகள். ஒவ்வோர் அறையிலும் ஒரு தொலைக்காட்சிப் பெட்டி. அதுவும் வண்ணத்தொலைக்காட்சி பெட்டி. இது போதாதென்று சிறையில் கூடுதல் அனுமதி பெற்று, தண்டனைக் கைதிகள் எஃப்.எம். ரேடியோ வேறு பயன்படுத்தினர்.

மறுநாள் விடிந்தது. வைகோவும் அவருடன் சில ம.தி.மு.க. தோழர்களும் நடைபயிற்சிக்குச் சென்றனர். திடீரென சில ஆயுள்தண்டனைக் கைதிகள் வைகோவை சூழ்ந்து கொண்டனர்.

சத்தம் போட்டனர். என்னவென்று விசாரித்தேன். கடந்த உள்ளாட்சித் தேர்தலில் ஆயுள்தண்டனைக் கைதிகளை ஆளும் கட்சியினர் பரோலில் வெளியே அனுப்பி, தேர்தல் கலவரங்களில் ஈடுபட வைத்திருந்திருக்கிறார்கள். அதனைக் கண்டிக்கும் வகையில் வைகோ பத்திரிகையில் இதுபோன்ற செயல்களில் கைதிகள் ஈடுபடுவதால், அவர்களுக்கு பரோல் கொடுக்கக்கூடாது என அறிக்கை வெளியிட்டிருந்தார். அதனால் கைதிகள் பரோலில் செல்வது மிகக் கடுமையாக்கப்பட்டிருந்தது.

'எங்களுக்கு எதிராக அறிக்கை விட்டுவிட்டு நாங்கள் இருக்கும் சிறைக்கே வந்து உலவுகிறீர்களா?' எனக் கைதிகள் ஆத்திரப்பட அந்த இடம் பரபரப்பானது. இந்தச் சம்பவம் ம.தி.மு.க. தோழர்களுக்குத் தெரிந்திருந்தால் சிறையில் அன்றைக்கு மிகப்பெரிய கலவரம் வெடித்திருக்கும். வைகோ, அவர்களை சமாதானப்படுத்தி அந்தப் பிரச்னையைப் பெரிதாக்காமல் விட்டுவிட்டார். இதேபோல, இன்னொரு மத்தியச் சிறையில் ஒரு சம்பவம் நடந்திருந்தது. முன்னாள் அமைச்சர் முல்லை வேந்தனை பிளேடால் கழுத்தை அறுக்கத்துணிந்துவிட்டனர் சில கைதிகள். இதுபோன்ற மோதல்கள் வரும்போது, கைதிகள் தாங்கள் சாப்பிட வைத்திருக்கும் தட்டை ஆயுதமாக்கி தாக்க ஆரம்பித்துவிடுவார்கள். அதுவும் சென்னைச் சிறையில் இருக்கும் கைதிகள் மிகவும் மோசமானவர்கள் என்று சக கைதிகளே சொல்லி நான் கேட்டிருக்கிறேன்.

கைதிகள் உணவு விஷயத்தில் கவனமாக இருப்பார்கள். சிறையில் கொடுக்கும் சாம்பார் சில வேளைகளில் போதாமல் போய்விடும். அதற்காகக் கூடுதலாகப் பணம் கொடுத்து கேண்டீனில் சாம்பார் வாங்கிக்கொள்வார்கள். ஒவ்வொரு வாரமும் மனுப்பார்க்க வரும் உறவினர்களிடம் பணம் வாங்கி, கேண்டீனில் மொத்தமாக டோக்கன் வாங்கிக்கொள்வார்கள். அந்த டோக்கனை ரூபாய் நோட்டுகளாகப் பயன்படுத்துவார்கள்.

எல்லா வேலைகளுக்கும் இந்த டோக்கன்களைப் பயன்படுத்து வார்கள். அன்று நடந்த சம்பவத்துக்குப் பிறகு வைகோ சிறைச்சாலைக்குள் வாக்கிங் போவதையே தவிர்த்துவிட்டார். கடலூர் சிறையில் இருந்ததைப் போலவே புழல் சிறையிலும் மூன்று நாள்களாக என்னைப் பார்க்க யாரும் வரவில்லை. கைதான அன்று போட்டிருந்த அதே உடை, மாற்று உடைகூட இல்லை.

நானும் அரங்கனும் ஒவ்வொரு தொகுதியாகச் சென்று சிறைக்குள் என்னென்ன இருக்கிறது, கைதிகள் எப்படிப் பழகுகிறார்கள் என்று பார்த்துவந்தோம். இப்போது கூடுதலாக மேலும் ஒரு தோழர் எங்களுடன் சேர்ந்து கொண்டார். அவர் பனப்பாக்கத்தைச் சேர்ந்தவர், பெயர் நற்றேவன்.

அன்றைக்கு நாங்கள் சிறப்புத்தொகுதிக்குச் செல்லலாம் என்று முடிவெடுத்து அந்தத் தொகுதிக்குள் நுழைந்தோம். ஒரு சிறைக்காவலர் தடுத்தார். இங்கல்லாம் வரக்கூடாதுங்க. ‘இது ரொம்ப முக்கியமான கைதிகள் இருக்கிற இடம்’ என்றார். தமிழகத்தில் இருக்கும் சிறைச்சாலைகளில் கைதிகளை ரகம் பிரித்து வைத்திருக்கும் சிறை சென்னை புழல் சிறைதான். நாங்கள் விடுவதாக இல்லை. சிறைக் காவலரிடம் வாக்கு வாதத்தில் ஈடுபட்டோம். பின்னர் ஒரு வழியாக எங்களை உள்ளே அனுப்பினார். சுமார் ஏழடுக்குப் பாதுகாப்பைக் கடந்த பிறகுதான் குணத்தொகையன் இருக்கும் அறையை எங்களால் நெருங்க முடிந்தது. அவருக்கு ஐந்து ஆண்டு தண்டனை தந்திருந்தது உயர் நீதிமன்றம். இதே வழக்கில் பெருஞ் சித்திரனாரின் மகன் பொழிலனுக்குப் பத்தாண்டுகள் சிறைத் தண்டனை கிடைத்திருந்தது. அவர், தலைமறைவாக இருந்து பின்னர் சரணடைந்துவிட்டார்.

‘வாங்க, வாங்க. நானே கொஞ்ச நேரத்துல அங்க வரலாம்னு இருந்தேன். நீங்களே வந்துட்டீங்க’ என்றார் குணத்தொகையன்.

‘நீங்க எப்படி வருவீங்க? நாங்க வர்றதே பெரும்பாடா போயிடுச்சி பெரிய போராட்டத்துக்குப் பிறகுதான் உள்ளே வந்தோம்’ என்றேன்.

‘யார் அவன் உங்களை உள்ளே விடமாட்டேன்னு சொன்னது?’ என்று ஆவேசப்பட்டார் அவருடன் இருந்த அய்யப்பன். வி.பி.சிங் பிரதமராக இருந்த காலத்தில் தமிழர் சேனை என்ற அமைப்பில் செயலாற்றி, சட்டமன்றத்துக்கு வெடிகுண்டு வைக்கப்பட்டதாகக் குற்றம் சுமத்தப்பட்டு, நீண்டநாள்களாகத் தலைமறைவாக இருந்து, இப்போதுதான் காவல்துறை இவரை நெருங்கியிருந்தது.

அடுத்த அறையில் தர்மபுரியில் கைது செய்யப்பட்ட மாவோயிஸ்ட் சுந்தரமூர்த்தி இருந்தார். இவரும் நீண்டகால தலைமறைவுக்குப் பின்னர் கைது செய்யப்பட்டவர்.

சுமார் 8 அடிக்கு 8 அடி கொண்ட தனி அறையில்தான் இவர்களை அடைத்து வைத்திருந்தார்கள். மிகக்கடுமையான

சிறைபோல தெரிந்தது. ஒவ்வொரு பாதுகாப்பும் பலப்படுத்தப்பட்ட பாதுகாப்பாகவே இருந்தது. ஒவ்வோர் அடுக்கிலும் மின்சார வேலி கம்பிகள் இருந்தன. இவர்களுக்கு அடுத்தத் தொகுதியில் இஸ்லாமிய அமைப்பைச் சேர்ந்தவர்கள் இதுபோன்ற குற்றங்களுக்காகக் கைது செய்யப்பட்டிருந்தனர். அவர்கள் தங்களுடைய உணவுக்குத் தேவையான காய்கறிகளை தாங்களே பயிரிட்டு வந்தனர்.

இந்த உயர்பாதுகாப்புத் தொகுதிக்குள் இருக்கும் கைதிகளிடம் யாரும் அதிகமாகப் பேசுவதில்லை. சிறைத்துறையினர்கூட ஓர் இடைவெளி விட்டுத்தான் இவர்களிடம் நடந்து கொள்வார்கள். மற்ற கைதிகளைப்போல முறைகேடாக இவர்கள் ஒருபோதும் நடந்துகொள்ள மாட்டார்கள். இதனால் இவர்களுக்குக் கூடுதல் மதிப்பு உண்டு.

கொஞ்ச நேரம் பேசிக்கொண்டிருந்துவிட்டு வெளியேறினோம். புழல் சிறையின் மத்தியில் இருக்கும் புல் தரையில் அமர்ந்து ஐயா நெடுமாறன் சில ஆயுள் கைதிகளுடன் பேசிக்கொண்டிருந்தார். நாங்கள் அவருடன் சேர்ந்துகொண்டோம். சிறிது நேரத்தில் இரண்டு இளைஞர்கள் கையில் சில்வர் குவளையில் ஆவி பறக்க சுக்குமல்லி காபி கொண்டுவந்து கொடுத்தார்கள். பனை வெல்லத்தில் தயாரிக்கப்பட்டிருந்தது. மிகவும் பரிவோடு எங்களை கவனித்தார்கள் அந்த இளைஞர்கள். அவர்கள் யார் என்று விசாரித்தோம். பெயர். சத்யா, வயது 33. ஊர் சென்னை மண்ணடி. வேலூர் மத்தியச் சிறையில் ஐந்தாண்டு காலம் இருந்திருக்கிறார். சென்னை புழல் சிறையில் ஓராண்டுக்கு மேல் இருக்கிறார். ஆயுள் தண்டனையை உயர்நீதிமன்றம் உறுதி செய்துவிட்டது. மேல்முறையீட்டுக்கு சுப்ரீம் கோர்ட்டில் அப்பீல் செய்திருப்பதாகக் கூறினார்.

இன்னொருவர் பெயர் பாஸ்கர். வயது 34. ஊர் சென்னை செங்குன்றம். வேலூர் மத்தியச் சிறையில் மூன்றாண்டுகள் இருந்திருக்கிறார். சென்னை புழல் சிறையில் ஒரு வருடமாக இருக்கிறார். கொலை வழக்கில் ஆயுள் தண்டனை. மேல் முறையீடு செய்ய வசதியில்லை. இருவரும் மிகத்தூய்மையாக, சுறுசுறுப்பாகச் செயல்பட்டுக் கொண்டிருந்தனர். பழகிய கொஞ்ச நேரத்திலேயே என் மீது பிரியமாகிவிட்டார்கள். மாலை மணி 6. கைகுலுக்கிக் கொண்டு விடைபெற்றோம். தொகுதி மூன்றில் மாடியில் இருப்பதாகச் சொன்னார்கள்.

***

11

எங்களுடன் முதன் முறையாகச் சிறைக்கு வந்தவர்கள் நிறைய பேர் இருந்தார்கள். அவர்களைப் பார்த்தாலே அது தெரிந்தது. எங்களைக் கைது செய்தபோது, நாங்கள் கொடுத்த முகவரிக்குத் தந்தி மூலம் தகவல் அனுப்பியிருந்தார்கள். சாதாரணமாக நடக்கிற ஒரு கைதுக்குக்கூட இப்படித் தந்தி மூலமாகவோ, தொலைபேசி மூலமாகவோ கைது செய்யப்பட்டிருப்பவர் பற்றியத் தகவலை அவர்களது உறவினர்களுக்குத் தெரியப்படுத்த வேண்டும் என்பது கட்டாயம். பொதுவாக போலீஸில் அப்படிச் செய்வதில்லை. தந்தி மூலமாகத் தகவல் கிடைத்ததும் நிறையபேர் பார்க்க வந்திருந்தார்கள். என்னையும் அரங்கனையும் பார்ப்பதற்குத்தான் யாரும் வரவில்லை.

அவ்வப்போது டீக்கும், வடைக்கும் மருத்துவர் சுந்தர் பணம் கொடுப்பார். அதனால் பணக்கஷ்டம் இல்லை எங்களுக்கு. சத்யாவையும் பாஸ்கரையும் பார்க்கலாம் என்று மூன்றாம் பிளாக்குக்குச் சென்றோம். அகர்பத்தி மணத்தோடு இருந்தது அவர்கள் அறை. சத்யா, சுத்தமாக உடையணிந்து காலை உணவை சாப்பிட்டுக் கொண்டிருந்தார். எங்களைப் பார்த்தவுடன் சத்யா, *'வாங்க! வாங்க! சாப்ட்டீங்களா?'* என்றார்.

'நாங்க சாப்டுட்டோம்' என்றேன் நான். உடனே, *'மகேஷ்! நாலு டீ வாங்கிட்டு வாடா'* என்று ஒருவனை அழைத்து, தனது இருக்கையிலிருந்து ஃபிளாஸ்க்கை எடுத்துக் கொடுத்தார் சத்யா. வீட்டில் பொருள்களை வைத்திருப்பதைப் போலவே அந்த அறையில் வைத்திருந்தார்கள். தேவையான அனைத்துப் பொருள்களும் இருந்தன. தரையைச் சுத்தமாகத் துடைத்து, படுக்கைகளுக்கு நீலம் போட்டு, துவைத்து, சுத்தமாக வைத்திருந்தனர். அந்த அறையில் 50 பேர் இருப்பார்கள். ஒவ்வொருவரும் தங்களது உடைமைகளை அவ்வளவு பொறுப்பாக வைத்திருந்தார்கள். எல்லோருமே ஆயுள் தண்டனை பெற்றவர்கள். கொஞ்ச நேரத்தில் டீ வாங்கி வந்தார் மகேஷ். எல்லோரும் டீ குடித்தோம். நான் என்னைப் பற்றியும் நான்

செய்து கொண்டிருந்த தொழில், கடலூர் சிறை அனுபவத்தையும் சொல்லி முடித்தேன். பிறகு, சத்யா தன்னைப் பற்றிச் சொல்ல ஆரம்பித்தார்.

சுமார் எட்டு ஆண்டுகளுக்கு முன்பு சத்யா உடற்கல்வி ஆசிரியர் படிப்பு படித்துவிட்டு, மேல்படிப்புப் படித்துக்கொண்டிருந்தார். நண்பர்களுடன் சேர்ந்து நடக்கக்கூடாத அந்தச் சம்பவம் நடந்தது. சாதாரணக் கோபம் கொலையில் போய் முடிந்து விட்டது. சத்யாவின் அப்பா போலீஸ்காரர். உயர் நீதிமன்றம் வரைப் போராடிப் பார்த்துவிட்டார். ஆயுள் தண்டனையை உறுதி செய்திருந்தது உயர் நீதிமன்றம். கடந்த ஆறு ஆண்டுகளாகச் சிறையிலிருந்து வருகிறார் சத்யா. தவறே செய்திருந்தாலும் அதை நினைத்து வருந்துகிறவர்கள் ஒன்றிரண்டு பேர்தான் இருப்பார்கள். அந்த ஒன்றிரண்டு பேர்களில் சத்யாவும் ஒருவர். சத்யாவைப் பார்க்க மாதத்துக்கு மூன்று நான்கு முறை வீட்டிலிருந்து நேர்காணலுக்கு வருவார்கள். செலவுக்கு வேண்டிய பணத்தைத் தருவார்கள்.

வேலூர் சிறையிலிருக்கும்போது, எழுதப்படிக்கத் தெரிந்திருந்த தால் ரெமிஷன் ஆபீஸில் வேலை செய்திருக்கிறார். அங்கு பரோலுக்கு விண்ணப்பம் எழுதிக் கொடுப்பது, மருத்துவ விடுப்பு, மற்றும் பல்வேறு மனுக்களை எழுதிக் கொடுப்பதற்கு கைதிகள் ஏதாவது பணம் கொடுப்பார்களாம். அந்தப் பணம் மாதச் செலவுக்குப் போதுமானதாக இருக்கும். புழல் சிறையில் அந்த வேலை இல்லை. அவரது குடும்பம், நடுத்தரக் குடும்பம். ஒரு தங்கை, ஒரு சகோதரன், சந்தோஷமாக இருந்த குடும்பம்.

தேன் கூட்டை கலைத்ததுபோல ஆக்கிவிட்டது அந்தச் சம்பவம். தினம் தினம் நடந்ததையும் வீட்டையும் எண்ணி அவர் வருத்தப்படாத நாளே கிடையாது, அதேபோல் தான் பாஸ்கரும். மெடிக்கல் சேல்ஸ் ரெப் வேலை. பேண்ட், சட்டை, கழுத்தில் டை நுனிநக்கில் ஆங்கிலம் என்று வாழ்ந்து வந்தவர்.திருமணத்துக்குப் பெண்பார்த்து தேதியும் முடிவாகியிருந்தது. அழைப்பிதழ் அச்சிட்டு எல்லோருக்கும் கொடுக்கவும் ஆரம்பித்தாகிவிட்டது. அந்த நேரத்தில்தான் எதிர்பாராமல் ஒரு கொலை வழக்கில் மாட்டிக்கொண்டார் பாஸ்கர். தண்டனை உறுதியானது. சிறையில் ஐந்தாண்டுகளைக் கழித்துவிட்டார். பாஸ்கரும் சத்யாவும் நெருங்கிய நண்பர்கள். டீ டம்ளர்களைக் கழுவிக்கொண்டிருந்த மகேஷைக் காட்டி இவர் யார் என்று கேட்டேன். அவரைப் பற்றியும் சொன்னார் சத்யா.

அவர் பெயர் மகேஷ். ஏழைக் குடும்பம். காஞ்சிபுரம் அருகே ஒரு கிராமம். அப்பா இல்லை. அம்மாவும் ஒரு சகோதரியும்தான். பிளஸ் டூ வரை படித்துவிட்டு வேலை தேடி அலைந்தார். ஒரு நாள் இரவு பன்னிரண்டு மணிக்கு செங்கல்பட்டிலிருந்து வீட்டுக்குப் போவதற்காக பஸ் ஸ்டாண்டுக்கு வந்திருந்தார். பஸ் இல்லை. அதிகாலையில்தான் முதல் பஸ். அன்றைக்கு நன்றாக மது அருந்தியிருந்தார் மகேஷ். பஸ் ஸ்டாண்டில் இருந்த ஒரு கட்டை மேல் படுத்துவிட்டார். அதிகமாகக் கொசு கடித்தது போல் இருக்க, எழுந்து பார்த்திருக்கிறார். அப்போதுதான் அவர் ஒரு லாக்கப் ரூமில் படுத்திருப்பது தெரிந்திருக்கிறது. அதிர்ந்து விட்டார். காலை பத்து மணிக்கு நீதிபதியிடம் கொண்டுபோய், பதினைந்து நாள் காவலில் வைக்க உத்தரவு வாங்கிவிட்டார்கள் காவல்துறையினர். அன்று மதியம் பிரியாணி வாங்கிக் கொடுத்த ஏட்டு சொல்லித்தான், இவர் மேல் இரண்டு திருட்டு வழக்குப் போடப்பட்டிருப்பது தெரிந்திருக்கிறது. கதறினார். கத்தினார். யாருமே காது கொடுத்துக் கேட்கவில்லை.

சென்னை சென்ட்ரல் சிறையில் அடைத்தார்கள். ஜாமீனில் எடுக்க யாருமே இல்லை. வீட்டுக்குக் கடிதம் போடலாம் என்றால், அதைத் தாங்கிக் கொள்கிற மனோதிடம் அம்மாவுக்கும் தங்கைக்கும் இல்லை. அங்கே அவர்கள் பிள்ளையைக் காணவில்லை என்று தேடியிருக்கிறார்கள். மூன்று மாதங்களாகப் பதினைந்து நாள்களுக்கு ஒரு முறை காவல் நீட்டிப்பு வழங்கி வந்திருக்கிறது நீதிமன்றம், சிறையில் தொடர்கொள்ளையன் ஒருவனின் நட்பு கிடைத்திருக்கிறது. அவன் உதவியில் சிறையிலிருந்து ஜாமீனில் வெளியே வந்திருக்கிறார். ஜாமீனில் எடுத்தவர், ஒரு வேலை சொன்னால், செய்யத்தானே வேண்டும்? அது ஒரு நகைக் கடை கொள்ளை. உளவு பார்ப்பதற்குக் கூலியாக 50,000 ரூபாய் கொடுத்திருக்கிறார்கள்.

பணம் கைக்கு வந்தவுடன் மோதிரம், தங்க சங்கிலியுடன் வெளியே உலாவந்திருக்கிறார் மகேஷ். போலீஸ்காரர்கள் இவனுக்கு எது இவ்வளவு நகை பணம் என்று பிடித்து விசாரிக்க உண்மையைக் கக்கிவிட்டார். அவ்வளவுதான். அந்தத் தொடர் கொள்ளையன் சம்பந்தப்பட்ட ஒரு கொலை வழக்கிலும் மகேஷைச் சேர்த்துவிட்டது காவல் துறை. கோர்ட்டில் ஆயுள் தண்டனை என்று தீர்ப்பாகிவிட்டது. சிறைக்கு வந்து நான்கு ஆண்டுகள் ஆகிறது. இந்த மகேஷைப் போல நிறைய மகேஷ்கள் சிறையிலிருக்கிறார்கள்.

சிறைக்கு வருபவர்களில் பெரும்பாலானவர்கள் அரசியல் செல்வாக்கு இல்லாதவர்கள். பொருளாதாரம் இல்லாதவர்கள். பிற்படுத்தப்பட்ட, நடுத்தர வகுப்பைச் சேர்ந்தவர்கள். வசதி படைத்தவர்களும் செல்வாக்கு மிக்கவர்களும் சட்டத்தின் பிடியிலிருந்து எளிதாகத் தப்பித்துவிடுகிறார்கள். தன் குடும்பம் இப்போது எங்கே இருக்கிறது, என்ன ஆனது என்று மகேஷுக்குத் தெரியாது. மகேஷை இதுவரை மனு போட்டுப் பார்க்க யாரும் வரவில்லை.

அப்போது, மருத்துவர் சுந்தர் வந்தார். எங்களைப் பார்ப்பதற்கு விழுப்புரம் தோழர்கள் பாபுவும் சிவாவும் வந்து காத்திருப்பதாகச் சொன்னார். மனு அறைக்குப் போனோம். கொஞ்ச நேரம் பேசிக்கொண்டிருந்தோம்.

'இந்தப் பையில பேஸ்ட், பிரஷ், சோப்பு, மாத்திக்கறதுக்கு ரெண்டு டிரவுசர், ஒரு சட்டை புதுசா வாங்கிட்டு வந்திருக்கோம். யார் கிட்ட குடுக்கணும்?' என்றார் பாபு.

சென்னை புழல் சிறையில் நேர்காணலுக்கான இடம், கடலூர் சிறையைவிட அதிக இடைவெளி வைத்து அமைக்கப்பட்டிருந்தது. நடுவில் நெருக்கமான கம்பி வேலி. ஏதாவது பொருள்களைக் கொடுத்து விடுவார்கள் என்று. ஒரு மீட்டருக்கு மேல் இடைவெளி வைத்துக் கட்டியிருந்தார்கள். ஒருவர் பேசுவதை மற்றொருவர் சரியாகக் கேட்க முடியாது. மிகவும் சத்தமாகப் பேசவேண்டியிருக்கும். இதற்கிடையில் சிறைக் காவலர் ஒருவர் இடையில் நடந்துகொண்டே இருப்பார்.

'சோப்பு, பிரஷ் எல்லாம் வேணாம். தோழர்கள் ஏற்கெனவே குடுத்துட்டாங்க. சட்டையையும் டிரவுசரையும் மட்டும் குடுங்க. பணம் இருந்தா ஒரு இருநாறு ரூபா குடுங்க' என்றேன். பணத்தை அருகில் இருந்த ஒரு சந்தில் கொடுத்தால், அதிகாரி ஒருவர் வாங்கி, சோதனை செய்துவிட்டு நம்மிடம் கொடுப்பார். பாபு பணத்தை எடுத்தார். அப்போது அருகில் இருந்த ஆயுள் தண்டனை கைதி ஒருவர் கிசுகிசுத்தார்.

'ஏங்க! பணத்தை அப்படியே குடுக்காதீங்க. எரநூறு ரூபா குடுத்தீங்கன்னா அந்த அதிகாரி நூறு ரூபா எடுத்துக்குவாரு. மோசமான ஆளு. அதுவும் நீங்க அரசியல் கைதி, அதனால் அம்பது ரூபா குடுத்தாலும் ஆச்சரியப்படறதுக்கில்ல. தண்டனை கைதின்னாலும் கொஞ்சம் பயமிருக்கும். நீங்க அந்தப் பணத்தை

டவுசர் பாக்கெட்டுல வச்சி தெரியாமக் குடுங்க’ என்றார். பாபு அவர் சொன்ன மாதிரியே செய்தார். சோதனை போட்டதில் டிரவுசரில் பணம் இருந்ததை அவர்களால் கண்டுபிடிக்க முடியவில்லை. தோழர்கள் விடைபெற்றதும் நாங்கள் எங்கள் தொகுதிக்குத் திரும்பினோம்.

சமையலறையைத் தாண்டி முதல் வகுப்புச் சிறை இருந்தது. டாக்டர் பிரகாஷ் பேட்மிட்டன் விளையாடிக்கொண்டிருந்தார். அப்பாவி ஏழை மக்களின் நிலங்களை அபகரித்து ரியல் எஸ்டேட் செய்து மாட்டிக்கொண்ட வேறு சில குற்றவாளிகளும் அங்கு இருந்தனர். பொதுவாக இந்தத் தொகுதிக்குள் யாரும் போக மாட்டார்கள்.

அன்று மாலை மீண்டும் புல்தரையில் எங்கள் கூட்டம் நடத்தது. அந்தக் கூட்டத்தில் வைகோ கலந்து கொள்வதில்லை. வைகோவைப் பார்க்க, காலை பத்து மணியிலிருந்து மாலை ஐந்து மணிவரை யாராவது வந்துகொண்டே இருப்பார்கள். வருகிறவர்கள் 20 கூடை ஆரஞ்சுப் பழம், 30 தார் வாழைப்பழம், ஏகப்பட்ட மிக்சர், இனிப்புகள் என வாங்கி வருவார்கள். அவற்றை எல்லாத் தோழர்களுக்கும் பிரித்துக் கொடுத்து விடுவார். பொதுவாகத் தின்பண்டங்களை அடுத்த வேளைக்கு வேண்டுமென்று யாரும் சிறையில் எடுத்து வைப்பதில்லை.

அன்றைக்கு இரவு ‘படி’யில் சப்பாத்தி போட்டார்கள். ஆளுக்கு இரண்டு. சப்பாத்திக்கு குருமா. ஐயா நெடுமாறன் ஒரு சப்பாத்தி போதும் என்று சொல்லி ஒன்றை எனக்குக் கொடுத்துவிட்டார். அன்று இரவுக் கூட்டத்தில் ஒரு முடிவெடுத்தார்கள் தலைவர்கள்.

வழக்கறிஞரை வைத்து ஜாமீனுக்கு மனுப்போடுவது என்பது தான் அந்த முடிவு.

கடலூர் சிறை மாதிரி இல்லை புழல் சிறை. தினமும் காலையிலும் மாலையிலும் எல்லாச் செய்தித்தாள்களும் வந்துவிடும். செய்திகளில் எந்தத் தணிக்கையும் செய்யமாட்டார்கள். ஆனந்த விகடன், ஜூனியர் விகடன், குமுதம், நக்கீரன் என எல்லா வார இதழ்களும் சிறைக்குள் வரும். ஆயுள் தண்டனைக் கைதிகளில் சிலர் செய்தித்தாள் படிப்பதற்காகவே எங்கள் தொகுதிக்குள் வருவார்கள். எல்லாக் கைதிகளும் வெளி நடப்புகளைத் தெரிந்து கொள்வதில் ஆர்வப்படுவதில்லை. கைதிகள் புழல் சிறையில் சர்வ சாதாரணமாகப் புகைபிடிப்பார்கள். சிகரெட்டின் விலை அரசியல்

கைதிகளுக்கு மூன்று மடங்கு. ஆயுள் தண்டனை கைதிகளுக்கு நியாயமான விலை.

செய்தித்தாள்களைக்கூட இதுபோன்ற அரசியல் கைதிகள் மட்டும்தான் சுதந்தரமாகப் படிக்க முடியும். தமிழகத்தில் உள்ள எல்லாச் சிறைகளும் ஒரே மாதிரிதான் இருக்கும், உணவு, கெடுபிடி எல்லாவற்றிலும்.

வெளியில் செய்யவேண்டிய அசைன்மெண்ட்டுகளுக்குப் புழல் சிறையில் திட்டமிடுவது கஷ்டம். இங்கு தண்டனைக் கைதி களையும் விசாரணைக் கைதிகளையும் தனித்தனியே அடைத்து விடுவதால் ஒருவரை ஒருவர் சந்திக்க முடியாது.

அன்று மதியம் மசாலா வாசனை அடித்தது. சிறைக்குள் எப்படி மசாலா வாசனை? மதியப் ‘படி’ வாங்க, தட்டை எடுத்துக் கொண்டு வரிசையில் நின்றேன். அன்றைக்குக் கோழிக்கறி குழம்பு போட்டார்கள். அரங்கன் அசைவம் சாப்பிடுவது கிடையாது. அதனால் அவருடைய குழம்பையும் சேர்த்து நான் சாப்பிட்டேன்,

கடலூர் சிறையில் மஞ்சள் தடவி, காய வைத்து, சமைத்து சாப்பிட பெருச்சாளிதான் அசைவ உணவு. இப்போது நிலைமை மாறிவிட்டது. கைதிகளின் மனநிலையைப் புரிந்து கொண்டு அரசே வாரத்துக்கு ஒருநாள் மாமிச உணவு வழங்க முடிவெடுத்திருந்தது. அதனால்தான் இன்றைக்குக் கறிக்குழம்பு.

சாப்பிட்டுவிட்டு, கொஞ்ச நேரம் படுத்திருந்துவிட்டு, குளிக்கப் போனேன். அருகில் இருந்த சிறிய மோட்டார் அறைக்கு சிலர் போவதும் வருவதுமாக இருந்தார்கள். குளித்து முடித்ததும் நானும் அங்கு போனேன். தனியாக ஒருவர் பேசிக் கொண்டிருந்தார். அருகில் சென்று பார்த்ததும்தான் அவர் செல்போனில் பேசிக் கொண்டிருந்தது தெரிந்தது. நான் அதிர்ந்து போய்விட்டேன். சிறைக்குள் செல்போன் எப்படி வந்தது? செய்தித் தாளில் ‘சிறையில் சோதனையின்போது செல்போன்கள் பறிமுதல்!’ என்று படித்ததெல்லாம் உண்மைதானா? என்னால் இந்த விஷயத்தை ஜீரணிக்கவே முடியவில்லை. அந்த இடத்தில் எது நடந்தாலும் யாரும் தூரத்திலிருந்து பார்க்க முடியாது. டவரில் இருந்துகூட கண்காணிக்க முடியாத இடம் அது.

‘சிறையைச் சுற்றி நான்கு இடங்களில் கோபுரங்கள் அமைத்திருப்பார்கள். அதில் எட்டு மணி நேரத்துக்கு ஆயுதம் தாங்கிய சிறைக்காவலர் ஒருவர் கண்காணிப்பில் ஈடுபட்டிருப்பார்.

அந்தக் கோபுரத்திலிருந்து சிறைக்கு உள்ளேயும் பார்க்கலாம். சிறைக்கு வெளியேயும் பார்க்கலாம்.

ஆயுள் தண்டனைக் கைதி ஒருவர் என்னிடம் 'என்ன சார் பேசணுமா?' என்றார்.

'ஒரு காலுக்கு எவ்வளவு?' என்றேன்.

'நிமிசத்துக்குப் பத்து ரூபா சார்'.

நான் வேண்டாமென்று சொல்லிவிட்டுப் புறப்பட்டுவிட்டேன். அப்போது சிறையில் எல்லா வசதிகளும் இருக்கின்றன. முறைகேடாக எந்த வசதியையும் பெறலாம். நான் கூட அந்த செல்போனில் வீட்டுக்குப் பேசியிருக்கலாம். என்னிடம் பணம்கூட இருந்தது. அப்படிப் பேசியிருந்தால், நான் சிறைக்கு வந்ததற்கே அர்த்தமில்லாமல் போயிருக்கும் என்று நினைத்துத் தவிர்த்துவிட்டேன்.

ஆனால், சிறைக்குள் செல்போன் எப்படி வந்தது. இந்த எண்ணம் என்னைக் குடைந்துகொண்டே இருந்தது. இரண்டு நூறு ரூபாய் நோட்டுகளைக் கொண்டு வருவதற்கே நான் சிரமப்பட்டிருந்தேன். அப்படிப்பட்ட கெடுபிடியான சிறையதிகாரியின் கண்ணிலிருந்து செல்போன் எப்படித் தப்பியது? சரி அப்படியே செல்போனைக் கொண்டுவந்துவிட்டாலும், சார்ஜ் எப்படிப் போடுவார்கள்? சார்ஜர் எப்படி வந்தது?

அறைக்குப் போய், ஈரத்துணிகளைக் கொடியில் உலர்த்தி விட்டுப் புறப்பட்டேன். நான்காவது தொகுதிக்குப் போனேன். நண்பர்களிடம் விசாரித்தேன். அவர்கள் சொல்லச் சொல்ல மிரண்டுபோனேன். ஒரு செல்போன் சிறைக்குள் வருவதற்கு மூவாயிரம் ரூபாய் ஆகுமாம். பரோலில் சென்று வருகிற கைதிகள் செல்போனை ஆசன வாயில் அடைத்து எடுத்துக் கொண்டு வந்துவிடுவார்கள். அப்படி எடுத்து வந்தால்தான் எந்தச் சோதனையிலும் மாட்டாமல் கொண்டு வரமுடியும். அப்படிக் கொண்டு வருபவர்களுக்கு மூவாயிரம் ரூபாய் கொடுக்க வேண்டும். மிகவும் கஷ்டப்படுகிற குடும்பத்தைச் சேர்ந்த தண்டனைக் கைதிகள், இந்த வேலையில் ஈடுபடுவார்கள். சிக்கினால் அவ்வளவுதான். மதுரைக்கோ, சேலத்துக்கோ, பாளையங்கோட்டைக்கோ மாற்றிவிடுவார்கள். அதற்குப் பிறகு அவர்கள் தங்கள் குடும்பத்தாரை ஆறு மாதத்துக்கு ஒரு முறைதான் பார்க்க முடியும்.

‘செல்போனுக்கு சார்ஜ் எப்படிப் போடுவாங்க?’ என்று கேட்டேன்.

‘டி.வி.க்கு கரண்ட் வர்ற லைனை மின்சாரமில்லாத நேரத்துல சீவி வச்சுக்குவாங். நேரம் கிடைக்குறப்போ கனெக்ஷன் குடுத்து, சார்ஜ் ஏத்துவாங்க. எப்பவுமே செல்போன் வைப்ரேஷன்லதான் இருக்கும். ஏதாவது ஒரு நேரத்தை ஒதுக்கி பேசிடுவாங்க. பேசுறதுக்கு மட்டும்தான் இந்த செல்போன். மத்தவங்களை மிரட்டறதுக்கோ, வேற காரியங்களுக்கோ இதைப் பயன்படுத்த மாட்டாங்க. பெரும்பாலும் பேசி முடிச்சதும், செல்போன் சார்ஜர்களை வேற எங்கயாவது மறைச்சு வச்சுடுவாங்க.’ நான் நண்பர்களிடம் பேசிவிட்டு வெளியே வந்தேன்.

‘யேய் யாருப்பா அது? உள்ளே போ. சார்! நீங்க அரசியல் கைதிதானே உள்ள போங்க. டேய் உள்ள போடா! உள்ள போன்னா…’ என்று எல்லோரையும் அதட்டிக் கொண்டே வந்தார் ஒரு சிறை அதிகாரி. ஒரு ஆயுள் கைதியைப் பார்த்து மீண்டும் அதட்டினார்.

‘டேய்! யாரைப் பாத்து உள்ளே போடான்னு சொல்ற? நேத்துலருந்து பாத்துக்கிட்டு இருக்கேன். என்னையே கருவிக்கிட்டு இருக்கே, திட்டுறே. நீ பண்றதையெல்லாம் பட்டியல் போட்டு ஒட்டிடுவேன். என்னா, ரேஷனைத் திருடித் தின்றது பத்தலையா? இல்லா அந்த பிரகாஷ் டாக்டரு குடுக்குற காசு பத்தலையா? நீ போய்யா முதல்ல. என்னைப் போன்னு சொல்றியே?’ என்றார்.

என்னை எனக்கு ஆச்சரியமாக இருந்தது. ஒரு கைதி, சிறை அதிகாரியை இவ்வளவு பேசியும் அந்த அதிகாரி கோபப்படாமல் இருக்கிறாரே என்று. அந்த அதிகாரி போனவுடன், அந்தக் கைதியிடம் பேசினேன். அறிமுகப்படுத்திக் கொண்டேன். ‘ஒரு அதிகாரியைத் திட்டுறீங்க. நீங்க இங்கேயே இருக்குறவரு. அந்தாளு பிரச்னை ஏதாவது பண்ணினா என்ன பண்ணுவீங்க?’ என்றேன்.

‘என்கிட்ட பிரச்னை பண்ணிடுவானா அவன்? இங்க ஆயுள் கைதிங்க மொத்தம் இருநூத்தம்பது பேரு இருக்கோம். இந்த ஜெயில்ல மொத்தம் அறநூறு பேரு இருக்கோம். நாங்க அநாவசியமா தப்பு பண்றதில்ல. தேவையில்லாம எங்ககிட்ட பிரச்னை பண்ணினா நாங்க சும்மா விடமாட்டோம். அவங்க (சிறைக் காவலர்கள்) ஒரு டூட்டிக்கு 19பேருதான். எங்களுக்குத் தர்ற ரேஷனைத் திருடித் திங்கறவனுங்க. வெளியில ஒரு கிலோ பருப்பு 45 ரூபாய்க்கும் 60

ரூபாய்க்கும் விக்கிறாங்க. எங்களுக்கு டெண்டர் முறையில் சப்ளை செய்யறவன் இப்பவும் ஒரு கிலோ பருப்பை 23 ரூபாய்க்குதான் குடுக்கறான். அப்பிடின்னா அந்தப் பருப்பு எப்பிடி இருக்கும், பாருங்க. பருப்பு மட்டுமல்ல மத்த உணவுப் பொருள்களும் மோசமாத்தான் இருக்கும். அதையே திருடி விக்கிறவங்கதான் இந்த அதிகாரிங்க. அதனாலதான் நான் பேசினப்போ அந்தாளு பேசாமப் போனாரு. எங்க போனாலும் அவரால என்னை ஒண்ணும் பண்ண முடியாது. கைதிங்க ஒன்று சேர்ந்தா அதிகாரிங்களுக்குத்தான் பிரச்னை. அதனாலதான் ஜெயிலுக்குள்ள கைதிங்களை ரெண்டு குழுவாப் பிரிச்சு வைப்பாங்க அதிகாரிங்க, இந்த ஜெயில்லகூட இப்ப ரெண்டு அணி இருக்கு. இதுவரைக்கும் மோதல் வந்ததில்ல. இனிமே வந்தாலும் வரலாம்.'

அந்தக் கைதி, சென்னை சூளைமேட்டைச் சேர்ந்தவர். கொலை வழக்கு. ஆறு ஆண்டுகளுக்கு மேலாகச் சிறைத் தண்டனை அனுபவித்து வருபவர். பேசிமுடித்துவிட்டு என் அறைக்குச் சென்றேன். அன்றிரவு 'படி'யில் முட்டை போட்டார்கள். வாரத்துக்கு ஒரு நாள் முட்டை உண்டு.

நாங்கள் அடைக்கப்பட்டிருக்கும் அறைக்கு எதிர் அறையில்தான் வைகோ அடைக்கப்பட்டிருந்தார். வைகோ எந்த நேரமும் படித்துக்கொண்டிருப்பார். பழ. நெடுமாறன் எப்போதாவது அவருடன் பேசுவதற்குச் செல்வார். சில சமயம், இரவு நேரங்களில் வைகோ எங்கள் அறைக்கு வந்து நெடுமாறனிடம் எதையாவது விவாதிப்பார். எல்லோரையும் பார்த்துப் புன்முறுவல் செய்துவிட்டுப் போய்விடுவார். காலையில் எழுந்து, உடற்பயிற்சி செய்துவிட்டு, குளித்துத் தயாராகி விடுவார். சிறைக்குள் அவருக்காகப் பிரத்யேக உணவெல்லாம் வரவழைத்துச் சாப்பிடமாட்டார். எங்களுக்கு வருகிற அதே உணவைத்தான் அவரும் வாங்கி உண்ணுவார். எளிதில் தொண்டர்களைக் கவர்ந்து, அவர்களைக் கட்டுப்படுத்துவதில் கைதேர்ந்தவர்.

அன்று இரவு, 'நாளைக்கு நமக்கு ஜாமீன் கிடைத்துவிடும். வழக்கறிஞர் இன்று உறுதியாகச் சொல்லிவிட்டார்' என்றார்கள் தலைவர்கள். நாளை விடுதலை. நினைக்கவே சந்தோஷமாக இருந்தது. பரபரப்பாகிவிட்டது. புதிய தோழர்களிடம் முகவரி எழுதி வாங்கிக் கொண்டோம். அடுத்த நாள் விடுதலையாக எப்படியும் மாலையாகிவிடும். காலை எழுந்ததும் புழல் சிறை முழுவதையும் ஒரு வலம் வந்துவிடவேண்டும், சத்யா, பாஸ்கர், ஐயப்பன்,

குணத்தொகையன் எல்லோரையும் சந்தித்துவிட வேண்டும் என்று முடிவு செய்துகொண்டேன்.

அடுத்த நாள் திட்டமிட்டபடி எல்லோரையும் சந்தித்தேன். சிறையின் நடுவில் இருந்த அந்தப் புல் தரையைப் பார்த்தேன். இனிமேல் இதில் எப்போது உட்காரப் போகிறேன்? முதன் முதலில் கைதாகி விடுதலை ஆனபோது இனி ஜெயிலுக்கு வரவேகூடாது என நினைத்தேன். இப்போது எனக்கு அப்படி நினைக்கத் தோன்றவில்லை. நான் முதன் முதலில் கைதானது ஓர் அடியாளாக. இப்போது கைதாகி இருப்பது ஒரு போராளியாக. அன்று மாலை 'படி' வந்தபோது, ஜாமீன் கிடைத்துவிட்டதாக வழக்கறிஞர் மூலம் தகவலும் வந்தது. அன்று இரவே நாங்கள் வெளியே சென்றுவிடுவோம் என்பதால், சத்யாவும் பாஸ்கரும் நீண்ட நேரம் எங்களுடன் இருந்தார்கள். விடுதலையாகி விடுவோம் என்பதால் யாரும் இரவு சப்பாத்தியைக்கூடத் தொடவில்லை. எங்களிடம் இருந்த பத்து சப்பாத்திகளை சத்யாவிடம் கொடுத்தோம். எங்களிடம் இருந்த பழங்கள். சோப்பு, எண்ணெய், சீப்பு செய்தித்தாள்கள், புத்தகங்கள் எல்லாவற்றையும் சத்யா, பாஸ்கரிடம் கொடுத்தோம். 'என்னோட அட்ரஸுக்கு லெட்டர் போடுங்க. பரோல்ல வந்தா போன்ல பேசுங்க' என்று சத்யாவிடம் சொன்னேன.

இரவு எட்டு மணிக்கு நீதிமன்றத்திலிருந்து ஜாமீனுக்கான ஆணை வந்தது. நாங்கள் 250-க்கும் மேற்பட்டவர்கள் கைது செய்யப்பட்டிருந்தோம். சம்பிரதாயங்களை முடித்து சிறையைவிட்டு வெளியே வர, மணி பதினொன்றைத் தாண்டிவிடும். எங்களுடன் கைதானவர்களில் பெரும்பாலானவர்கள் வெளியூரைச் சேர்ந்தவர்கள். அதனால் சிறை அதிகாரிகளிடம் பேசினோம்.

'இன்று இரவு இங்கே இருந்துவிட்டு நாளைக் காலையில் புறப்பட்டுச் செல்கிறோம்' என்றார் வைகோ. புழல் சிறையிலிருந்து கோயம்பேடு பேருந்து நிலையம், அதிக தூரத்தில் இருந்தது. சிறையை விட்டு வெளியே போனால் பேருந்து இருக்காது. அன்றைக்கு வீட்டில், என்னை இரவு முழுவதும் எதிர்பார்த்திருப்பார்கள். தொலைக்காட்சியில் செய்தி பார்த்திருப்பார்கள். எங்களுக்கு ஜாமீன் கிடைத்தது தெரிந்துவிட்டிருக்கும். அமுதா, தமிழினியிடம் இரவே அப்பா வந்து விடுவாரென்று சொல்லியிருப்பாள்.

அன்றிரவும் கூட்டம் நடந்தது. விடிந்து எழுந்ததும், எங்களுக்குச் சிறையில் கொடுத்த தட்டு, குவளை, விரிப்பு, போர்வை

எல்லாவற்றையும் எடுத்துக்கொண்டோம். மாடியிலிருந்து கீழே இறங்கி வந்தோம். அன்றைக்குப் பெரும்பாலானவர்கள் காலை 'படி' வாங்கவில்லை. விடுதலை மகிழ்ச்சியில் எங்கள் யாருக்கும் சாப்பிடவேண்டும் என்றே தோன்றவில்லை. எங்கள் தொகுதியை விட்டு வெளியே வந்து நடந்தோம். அப்போதுதான் 'கவுண்டிங்' முடிந்திருந்தது. சத்யாவும் பாஸ்கரும் எங்களை நோக்கி ஓடி வந்தார்கள். சத்யா என் கையைப் பற்றிக்கொண்டார்.

வழியில் நின்றிருந்த குணத்தொகையன், ஐயப்பன், மாவோயிஸ்ட் சுந்தரமூர்த்தி ஆகியோர் எல்லோருக்கும் கைகுலுக்கி வழியனுப்பினார்கள். வரிசையில் நின்று சிறை உடைமைகளைக் கொடுத்துவிட்டு, பதிவேட்டில் கையெழுத்துப் போட்டோம். சிறையின் பிரதான வாசலருகே நின்று கொண்டிருந்தோம். எண்ணிக்கை முடிந்ததும் சிறைக்கதவின் திட்டி வாசலைத் திறந்தார்கள். வெளியேறினேன். உள்ளே இருந்த சூரிய வெளிச்சத்துக்கும் வெளியே இருந்த சூரிய வெளிச்சத்துக்கும் வித்தியாசம் இருப்பதுபோலத் தெரிந்தது. சிறை காம்பவுண்டுக்கு அருகே ஏராளமான ம.தி.மு.க., முஸ்லிம் லீக் தோழர்கள் நின்றிருந்தார்கள். வைகோவும் நெடுமாறனும் மற்ற தலைவர்களும் வெளியேறிய அடுத்த நொடியில் பட்டாக வெடித்தது. கோஷம் ஒலித்தது.

நான் விழுப்புரம் பஸ்ஸில் ஏறி உட்கார்ந்தேன். திருமணமாகி இந்த இரண்டரை ஆண்டுகளில் நீண்டநாள் என் மனைவியைப் பிரிந்திருந்தது அப்போதுதான்.

***

12

ஒரு சாதாரண மனிதன் ஏதோ ஒரு வெறுப்பின் காரணமாகக் குற்றவாளியாகிறான் அல்லது ஆக்கப்படுகிறான். இல்லையென்றால், என்னைப்போல வன்முறையின் மீது ஏற்படும் காதலால் சமூக விரோதியாகிறான். சில சமயத்தில் சமூகம், ஒரு சாதாரண மனிதனை சமூகவிரோதியாகச் சித்திரித்து, அவனைப் பெரும் குற்றவாளியாக மாற்றி விடுகிறது.

ஒருமுறை மதுரை நீதிமன்றத்தில் இருந்த ஒருவரைச் சந்திக்க சென்றிருந்தேன். அவர் ஒரு விசாரணைக் கைதி. காவல் நீட்டிப்புக்காக அவரை நீதிமன்றத் துக்கு அழைத்துவர இருந்தார்கள். இப்போதெல்லாம் விசாரணைக் கைதிகளை நீதிமன்றத்தில் ஆஜர்படுத்தத் தேவையில்லை. வீடியோ கான்ஃபிரன்ஸ் மூலம் காவல் நீட்டிப்புச் செய்து விடுவார்கள். தன் குறைகளை நேரடியாக கேமரா முன் கைதி பதிவு செய்யலாம். நீதிபதி அதைக் கேட்டு, அதற்கு நிவாரணம் அளிக்கலாம்,

இது ஒருவகையில் குற்றவாளியின் பாதுகாப்புக்கான ஏற்பாடு. நீதிமன்றத்துக்கு அழைத்துச் செல்லும்போது, சில நேரங்களில் எதிரிகளால் சிறையிலிருந்து வரும் கைதிகளின் உயிருக்கு ஆபத்து ஏற்படும் என்று நினைத்து இந்த ஏற்பாட்டைச் செய்திருக்கிறார்கள். அந்த வகையில் வீடியோ கான்ஃபிரன்ஸ் ஒரு நல்ல திட்டம். நான் சந்திக்க இருந்த நபர் வருவதற்கு தாமதமானதால், அருகில் இருந்த மரத்தின் கீழ் அமர்ந்தேன். என் அருகில் வேறொருவர் அமர்ந்திருந்தார். அவருக்கும் என் வயதுதான் இருக்கும்.

நான் சந்திக்க வந்திருந்த நபர் சிறையில் இருந்தார். போலீஸ் அவர் மேல் தொடர்ந்து பல பொய்வழக்குகளைப் போட்டு வருவதாகத் தகவல் வந்திருந்தது. அதை விசாரித்து, மனித உரிமை ஆணையத்துக்குப் புகாரனுப்பத்தான் நான் மதுரைக்கு வந்திருந்தேன். என் அருகில் உட்கார்ந்திருந்தவரைப் பார்க்கவே அருவருப்பாக இருந்தது. அவ்வளவு கொடூரமான முகம். வலது

கண் இல்லை. முகத்தில் பல இடங்களில் வெட்டுக்காயம். கொஞ்ச நேரத்துக்கெல்லாம் ஒரு வயதான பெண்மணி வந்தார். பிரட்டும் டீயும் கொண்டு வந்திருந்தார். என் அருகில் உட்கார்ந்திருந்தவரிடம் டீயை நீட்டினார். அவர் இடது கையால் டீயை வாங்கிக் குடித்தார். அவருக்கு வலது கை இருந்தது. ஆனால், அது செயலிழந்துபோய் இருந்தது. அதேபோல், காலில் கட்டை விரலைத் தவிர வேறு விரல்களே இல்லை. நான் அவரிடம் பேச்சுக் கொடுத்தேன்.

'என்னாங்க ஆக்ஸிடெண்ட்ல இப்பிடி ஆயிடுச்சுங்களா?' என்று கேட்டேன்.

'இல்ல சார். பிரச்னையில இப்பிடி ஆயிடுச்சு. ஒரு அடிதடியில என்றார். அவரிடம் என்னைப் பற்றி முழுவதுமாகச் சொல்லி, அறிமுகப்படுத்திக்கொண்டேன். அதற்குப் பிறகு அவர் மனம் திறந்து பேச ஆரம்பித்தார்.

'என் பேரு செல்வம் சார். அப்போ மதுரையில இருந்த பெரிய கோஷ்டியில நான்தான் சுள்ளான். சுள்ளான்னா மதுரை பாஷையில சின்னப் பையன்னு அர்த்தம். அதாவது கோஷ்டிக்கு உளவு சொல்ற ஆளு. சுள்ளானை யாரும் சுலபமா கை வச்சுட மாட்டாங்க. அவ்வளவுதான். பிரச்னை ஆயிடும். அப்புறம் அந்த சுள்ளான் ஆளாயிடுவான். ஒரு பிரச்னை. என்னை அடிச்சிட்டாங்க. சண்டை பெருசா ஆயிடுச்சு. எங்க தரப்புல ஒரு ஆளை அவனுங்க க்ளோஸ் பண்ணிட்டாங்க. என் மேலயும் கேஸ் இருந்துச்சு. மதுரை ஜெயில்லதான் இருந்தேன். அப்புறம் ரிலீஸ் ஆனேன். மதுரை ஒத்தக்கடை போலீஸ் ஸ்டேஷன்ல கையெழுத்துப் போடணும். கண்டிஷன் பெயில். ஒருநாள் எதிர்கோஷ்டி ஆளுங்க வந்து என்னை சுத்திக்கிட்டாங்க. 'உளவுபாத்தது இந்தக் கண்ணுதானடா'ன்னு சொல்லிக்கிட்டே ஒரு கண்ணை நோண்டிட்டாங்க.

அதுக்கப்புறம் கண்ணை எடுத்தவனை சும்மாவிடக்கூடாதுன்னு கங்கணம் கட்டிக்கிட்டேன். உடம்பு சரியானதும், என் ஆளுங் களைக் கூட்டிக்கிட்டேன். மேற்கு மாடவீதியில வச்சு, கண்ணை எடுத்தவன் கைய எடுத்தோம். ஜெயிலுக்குப் போனேன். வெளியே வந்தேன்.

ஒரு நாளு, 'கையையாடா வெட்டறே? இனிமே கையிருந்தாலும் நீ வேலை செய்ய முடியாதுடா'ன்னு சொல்லி, இரும்பு பைப்பால என் வலது கையை அடிச்சி ஒடைச்சிட்டாங்க. அப்புறம் திருச்சியில ஒரு அசைன்மெண்ட்டுக்காகப் போயிருந்தோம். எப்பிடியோ

எதிர்கோஷ்டிக்குச் சந்தேகம் வந்துடுச்சு. மடக்கிட்டாங்க. என் காலை வெட்டிட்டாங்க. அதுக்கப்புறம் ஓஞ்சுபோயிட்டேன். என்கிட்ட இருந்தவங்கல்லாம் ஒவ்வொரு ஆளா என்னைவிட்டுப் பிரிஞ்சு போயிட்டாங்க. இப்போ கூட என்மேல ரெண்டு மூணு கேஸ் இருக்கு சார்' என்றார்.

'சரி. இப்ப என்ன பண்றீங்க?' என்றேன்.

'இப்ப திருந்திட்டேன் சார். எதுவுமே வேணான்னு ஒதுங்கிட்டேன். நான் வாழணும் சார். அதுதான் எனக்கு ஆசை' என்றார்.

ஒரு கண்ணை இழந்து, காலை இழந்து, ஒரு கையை இழந்த பிறகு, திருந்தி வாழவேண்டும் என்று வியாக்கியானம் பேசிய அந்த நபர், தன்னுடைய முதல் உறுப்பை இழந்த உடனேயே இந்த முடிவை எடுத்திருக்கவேண்டும். எல்லாம் முடிந்த பிறகு வாழ வேண்டும் என்று முடிவெடுத்திருப்பது வேடிக்கை. இதுபோல் இன்றைக்குக்கூட நிறைய இளைஞர்கள் இருக்கிறார்கள்.

ஒரு நிலத்தகராறு. இரண்டுபேர் வாதம் செய்துகொண்டிருக்கிறார்கள். ஆத்திரத்தில், தன்னை மறந்து, ஒருவர் இன்னொருவரைக் கீழே தள்ளிவிடுகிறார். கீழே விழுந்தவர் இறந்துவிட, தள்ளியவருக்குத் தண்டனை அளிக்கிறது நீதிமன்றம். திட்டமிட்டு கொலை செய்கிற ஒருவருக்கும் அதே தண்டனையை அளிக்கிறது நீதிமன்றம், சமூகத்தின் பார்வையில் இரண்டு பேரும் குற்றவாளிகள்தான், சிறைக்குப் போய் வந்தவர்களை சமூகம் ஏற்றுக்கொள்வதில்லை.

'ஜெயிலுக்குப் போயிட்டு வந்தவன்' என்று புறக்கணிக்கும். ஒரு நொடியில் உணர்ச்சிவசப்பட்டவர்களின் வாழ்க்கை பல்வேறு வேதனைகளை ஏற்படுத்திவிடுகிறது.

ஒருநாள் புழல்சிறையில் நானும், சத்யாவும், பாஸ்கரும் பேசிக்கொண்டிருந்தபோது, சுமார் இருபத்தைந்து வயது மதிக்கத்தக்க இளைஞன் ஒருவன் வந்தான்.

'மாமா! பீடி குடு' என்றான்.

'டேய்! பீடியெல்லாம் இல்ல, போடா' என்றார் சத்யா.

'பீடி இல்லன்னா காசு குடு'.

நான் அவனைப் பற்றி சத்யாவிடம் விசாரித்தேன்.

'டேய்! உனக்கு எத்தனை வருஷம்டா?' என்றார் பாஸ்கர்.

'பத்து வருஷம்.'

'எப்ப ரிலீஸ்?'

'அடுத்த மாசம்.'

'இவ்வளவு சின்னப் பையனா இருக்கான். அதுக்குள்ள பத்து வருஷ தண்டனை முடிஞ்சிடுச்சா?' என்று கேட்டேன்.

'நீங்க நினைக்கிற மாதிரி இல்ல. அவன் மனநலம் சரியில்லாதவன். எவ்வளவு வருஷமா ஜெயில்ல இருக்கான்னு அவனுக்கே தெரியாது. எங்களுக்கும் தெரியாது, என்ன வழக்குன்னும் தெரியாது. இது எல்லாத்தையும்விட முக்கியமான விஷயம், அவனுக்கு ஜெயில்லதான் இருக்கோம்னே தெரியாது' என்றார் சத்யா.

சிறை, சமூகத்தின் பார்வையில் ஏதோ போகக்கூடாத இடம் போலவே சித்திரிக்கப்பட்டு இருக்கிறது. உண்மையாக சிறை ஒவ்வொருவரும் போய்ப் பார்க்கவேண்டிய இடம்.

ஆனால், கைதிகளாகச் சிறைக்குப் போனவர்களின் வாழ்க்கை கேள்விக்குறியாகத்தான் ஆகிவிடுகிறது என்பதை மறுப்பதற்கில்லை. ஒரு கொலைக் குற்றத்துக்காக ஒருவர் ஆயுள் தண்டனை அனுபவித்து விட்டு விடுதலையான பிறகு, யாரும் அவருக்கு வேலை தருவதில்லை. 'ஜெயிலுக்குப் போயிட்டு வந்தவன். ஏதாவது, ஆயிடுச்சின்னா நமக்கு ஏன் வம்பு?' என்று ஒதுக்கிவிடுகிறது சமூகம். அதையும் தாண்டி வேலை கொடுத்தாலும் அதிலும் சிக்கல்,

'எம்ப்பா நேத்து பொருள் வாங்கிட்டு போனானே அந்தாளு பணம் குடுக்கலையா? நீ போயி பணம் வாங்கிட்டுவா. தரலைன்னா, விவரத்தைச் சொல்லு. ஜெயில்ல இருந்துட்டு வந்தவன். அப்புறம் வேற மாதிரியாப் போயிடும்னு ஒரு மிரட்டல் வுடு' என்று சொல்லித் தருகிறார்கள்.

சமீபத்தில் திருச்சியிலிருந்து விழுப்புரம் வருவதற்காக திருச்சி பேருந்து நிலையத்தில் காத்திருந்தேன். இரவு ஒரு மணி. சரியான கூட்டம். சென்னை செல்லும் பேருந்துகளில் இடமில்லை. சரி. அடுத்து வரும் பஸ்ஸில் இடமிருக்கிறதா பார்க்கலாம் என்று நினைத்தபடி, கையில் வைத்திருந்த செய்தித்தாளை பிரித்துப் போட்டு தரையில் அமர்ந்தேன். என் எதிரே ஓர் இளைஞர் என்னைப் போலவே பேருந்தில் இடம் கிடைக்காமல் சிமெண்ட் மேடையில் சாய்ந்து படுத்தார். அசதியில் அப்படியே தூங்கிவிட்டார்.

கொஞ்ச நேரத்தில் அங்கு இரண்டு போலீஸ்காரர்கள் வந்தார்கள். படுத்திருந்த அந்த இளைஞர் மீது ஒரு போலீஸ்காரர் கையில் வைத்திருந்த தண்ணீர் பாக்கெட்டிலிருந்து நீரைப் பீச்சி அடித்தார். அதிர்ச்சியில் அந்த இளைஞர் எழுந்து, 'யார்ரா அது?' என்று தூக்கக் கலக்கத்தில் கேட்டுவிட்டார். அவ்வளவுதான். போலீஸ்காரர்களின் கைகளில் இருந்த லத்திகள் இரண்டும் அவர்மீது விளையாடின. இங்கே யார் மீது தவறு? நல்ல வேளையாக போலீஸ்காரர்கள் அந்த இளைஞரை விட்டுவிட்டுச் சென்றுவிட்டார்கள். ஒருவேளை, போலீஸ் அவரை அழைத்துச் சென்றிருந்தால் சந்தேக கேஸில் உள்ளே தள்ளுவார்கள். அவருடைய எதிர்காலம் கேள்விக்குறியாகியிருக்கும்.

கைதியாவது என்பதும் சிறைக்குச் செல்வது என்பதும் விபசாரத்தைப் போன்றது. யாருமே அதை வேண்டி ஏற்றுக் கொள்வது கிடையாது. அது திணிக்கப்படுவது. காவல்துறைக்கு இதில் மிகப்பெரிய பங்கு இருக்கிறது. தங்களுடைய வளர்ச்சிக்காகச் சில அரசியல்வாதிகள் குற்றவாளிகளை உருவாக்குகிறார்கள். வளர்ந்தவுடன் தங்களுடைய செல்வாக்கைப் பயன்படுத்தி என்கவுண்டர் செய்துவிடுகிறார்கள். அவர்களைப் பொறுத்தவரை ரௌடிகள் என்பவர்கள் ஒரு 'யூஸ் அண்ட் த்ரோ' பொருள்.

சிறைக் கைதிகளை மன மாற்றம் செய்துதான் சிறையிலிருந்து அனுப்பி வைக்கிறது சிறை. சமூகம்தான் அவர்களை அரவணைத்துச்செல்லாமல் கைவிட்டுவிடுகிறது. அதனால் தொடர்ச்சியாகக் குற்றச்செயலில் ஈடுபட்டு, முழுநேரக் குற்றவாளியாகவே அவர்களை ஆக்கிவிடுகிறது.

தங்களுடைய வாழ்க்கை முழுவதையும், கம்பிகளுக்குள் தொலைத்துவிட்டு, மனநிலையும் பாதிக்கப்பட்டு, அனாதை களாக இன்னும் நிறைய பேர் சிறைகளுக்குள் இருக்கிறார்கள். தங்களுக்கான உரிமைகளைப் பற்றி அறியாதவர்களும், வழக்கு நடத்த வசதியில்லாதவர்களும் சிறையில் இருக்கிறார்கள்.

மத்தியச் சிறை, கிளைச்சிறை என்று இந்தியாவில் 1135 சிறைகள் உள்ளன. அவற்றில் மூன்று லட்சம் பேருக்குமேல் அடைக்கப்பட்டிருக்கிறார்கள். அதில் இரண்டு லட்சத்துக்கும் மேற்பட்டவர்கள் விசாரணைக் கைதிகள். இதில் நிறையபேர் தங்களுடைய தண்டனைக் காலம் முடிந்த பிறகும் சிறையில் இருக்கின்றனர். அப்படிச் சிறையிலிருப்பவர்களுக்கு நிவாரணம் அளிக்கும் வகையில், அதிகபட்ச தண்டனையைவிட அதிக காலம்

சிறையிலிருப்பவர்களை விடுதலை செய்யவேண்டும். இதற்காக மனு செய்தால், இந்தியாவில் 50 ஆயிரம் பேர் உடனடியாக விடுதலை ஆவார்கள் என்று 2006-ம் ஆண்டு மத்திய உள்துறை அமைச்சகம் மதிப்பிட்டிருக்கிறது.

சிறைக் கைதிகளின் எண்ணிக்கையைக் குறைப்பதன் மூலம் நீதிமன்றத்தில் தேங்கிக்கிடக்கும் ஆயிரக்கணக்கான வழக்குகளை குறைக்க முடியும் என்று அரசே ஒப்புக்கொள்கிறது. நாடு முழுவதும் இப்போது 2,500 நீதிபதிகளின் பணியிடங்கள் காலியாக இருக்கின்றன.

எந்த வழக்குக்காக நான் முதலில் கைது செய்யப்பட்டேனோ, அந்த வழக்கு கடந்த எட்டு ஆண்டுகளாக 'வாய்தா! வாய்தா!' என்றே ஓடிக்கொண்டிருக்கிறது. என்னுடைய வழக்கில் முதல் நான்குபேரில் இரண்டு பேர் வெட்டிக்கொலை செய்யப்பட்டு விட்டார்கள். ஒருவர் இயற்கை மரணம் அடைந்துவிட்டார். மற்றொருவர் தற்கொலை செய்துகொண்டார். கடந்த ஒன்றரை ஆண்டுகளில் நீதிபதி இல்லாமல், தேதி மட்டும் வழங்கப்பட்டு, கோர்ட்டுக்குப் போய் வந்துகொண்டிருக்கிறோம். தினமும் செய்தித்தாள்களில் 'விரைவு நீதிமன்றம்' வரப் போவதாகச் செய்திகள் வந்தவண்ணம்தான் இருக்கிறது. ஆனால், நடைமுறையில் அது சாத்தியப்படாமலேயே இருக்கிறது. இன்னமும் எங்கள் மேல் உள்ள வழக்கு முடியவில்லை.

இந்த வழக்கை நினைத்தாலே எனக்குக் கடலூர் மத்தியச் சிறைதான் நினைவுக்கு வருகிறது. அங்குள்ள மரங்களில் இருக்கும் குயில்களும், குருவிகளும் காலையிலேயே கிளம்பி, இரைதேடிவிட்டு கூடுகளுக்குத் திரும்பும். சிறையிலுள்ள மரங்களில் அமர்ந்து சுதந்தரமாகக் கத்தும், கூவும். சிறைக் கூடுகளில் அடைக்கப்பட்ட மனிதர்கள் மட்டும் கவலையோடு நினைவுகளை அசைபோட்டப்படி புகைக்கு மத்தியில் படுத்துக் கிடப்பார்கள். சில சமயம், கானாப் பாடல் இரவை நனைக்கும். எல்லாவற்றுக்கும் இடையே கன்விக்ட் வார்டர்களின் லத்தி ஒலி கேட்கும். சமயத்தில் விசில் சத்தம் கைதிகளைத் துள்ளி எழ வைக்கும், புரண்டு புரண்டு படுக்கவைக்கும்.

தமிழகத்திலுள்ள எல்லாச் சிறைகளும் இப்படித்தான் இருக்கும். பெரிதாக மாற்றம் எதுவும் இருக்காது. கைதிகள்தான் மாறியிருப்பார்கள். எனக்கு ஒரே ஓர் ஆசைதான். கைதிகளை இந்தச் சமூகம் மனிதர்களாகப் பார்க்கவேண்டும். அவ்வளவுதான்.

(இந்தப் புத்தகம் எழுதி முடிக்கப்பட்ட ஒரு ஆண்டுக்குப் பிறகு அந்த வழக்கில் இருந்து விடுதலையாகி அதன்பிறகு 2010 இல் விழுப்புரம் அருகே சித்தனை ரயில்வே தண்டவாள வெடிகுண்டு வழக்கில் விசாரணை கைதிகளாக நானும் தோழர்களும் சட்டவிரோதக் காவலுக்கு உட்படுத்தப்பட்டு போலீசாரின் சித்திரவதைகளுக்கு உள்ளானோம். பின்னர் வெடிகுண்டு வழக்கில் கைது செய்ய முடியாத போலீசார் எங்களை பசுவரொட்டி ஒட்டிய வழக்கில் கைது செய்து கடலூர் மத்திய சிறையில் அடைத்தனர். அது வேறு கதை அப்போதும் இப்போதும் சிறை அப்படியேதான் இருக்கிறது. மனிதர்கள்தான் மாறி இருக்கிறார்கள்.)

***

பின்னிணைப்புகள்

கைது செய்யப்படுகையில்...

கொடூரமாக, மனிதாபிமானமற்ற நிலையில் அல்லது கேவலமாகக் காவல்துறையால் நடத்தப்பட்டாலோ, விசாரணை அல்லது புலன் விசாரணை நடக்கின்றபோது சித்திரவதை நடந்திருந்தாலோ, அது அரசியலமைப்புச் சட்டம், பிரிவு 21 வழங்குகின்ற உரிமையை மீறுவதாகும். இது குறித்து டி.கே. பாசு எதிர் மேற்குவங்க அரசு வழக்கில் உச்ச நீதிமன்றம் முக்கியமான தீர்ப்பு ஒன்றை வழங்கியுள்ளது. நீதிபதிகள் குல்தீப்சிங் மற்றும் டாக்டர் ஏ.எஸ். ஆனந்த் ஆகியோர் வழங்கிய இத்தீர்ப்பின் ஒரு சில பகுதிகள்:

கைது மற்றும் காவலில் வைக்கும் அனைத்து நேர்வுகளிலும், அதற்கான பாதுகாப்பு நடவடிக்கைகள் சட்டமாக்கப்படுகின்றவரை, கீழ்க்கண்ட தேவைகள் பூர்த்தி செய்யப்பட வேண்டும்.

* கைது செய்கின்ற அல்லது விசாரணை நடத்துகின்ற அதிகாரி, தனது பெயர், பதவி ஆகியன தெளிவாகத் தெரியும்படி அடையாள அட்டை பொருத்தியிருக்க வேண்டும். விசாரணை மேற்கொள்ளும் அனைத்து அதிகாரிகளைப் பற்றிய விவரங்களும் பதிவேட்டில் பதியப்படவேண்டும்.

* கைது செய்கின்ற அதிகாரி, கைது செய்தவுடன் 'கைது குறிப்பு' ஒன்றினைத் தயாரிக்க வேண்டும். அதில் குறைந்தது ஒரு சாட்சியாவது கையெழுத்திட வேண்டும். அச்சாட்சி, கைது செய்யப்பட்டவரின் குடும்ப உறுப்பினராக இருக்கலாம் அல்லது அப்பகுதியில் வசிக்கின்ற மதிப்பிற்குரிய நபராக இருக்க வேண்டும். அக்குறிப்பில் கைது செய்யப்பட்டவரும் கையெழுத்திட வேண்டும். கைது செய்த நேரமும், தேதியும் குறிக்கப்பட வேண்டும்.

* கைது குறிப்பில் கையெழுத்திடுகின்ற சாட்சியே நண்பர் அல்லது உறவினராக இல்லாதபோது, கைது செய்யப்பட்டு அல்லது போலீஸ் காவல், விசாரணை மையம் அல்லது வேறு வகையான அடைப்புக்குள் வைக்கப்பட்டிருக்கும் நபர், தான் கைது

செய்யப்பட்டு, குறிப்பிட்ட இடத்தில் வைக்கப்பட்டிருக்கும் விவரத்தைக் கூடிய விரைவில் தனது உறவினர், நண்பர், அறிந்தவர் அல்லது தனது நலனில் அக்கறை கொள்ளக்கூடிய ஒருவருக்குத் தெரிவிக்க உரிமை உடையவராவார்.

கைது செய்யப்பட்டவரின் உறவினர் அல்லது நண்பர் வேறு மாவட்டத்தில் இருந்தால் அங்குள்ள சட்ட உதவிக்கழகத்தின் மூலமாகவும், அங்குள்ள காவல் நிலையத்துக்குத் தொலை வரிச் செய்தி கொடுப்பதன் மூலமும், கைது செய்ததிலிருந்து 8 மணி முதல் 12 மணி நேர அவகாசத்துக்குள், கைது செய்யப்பட்ட நேரம், இடம், காவலில் வைக்கப்பட்டுள்ள இடம் குறித்த விவரங்களைத் தெரிவிக்க வேண்டும்.

ஒருவரைக் கைது செய்யும்பொழுது அல்லது காவலில் வைக்கும்பொழுது அது குறித்த தகவலை, தான் விரும்பும் ஒருவருக்குத் தெரிவிக்க உரிமை உண்டு என்ற விவரத்தைக் கைது செய்யப்பட்டவருக்குத் தெரிவிக்க வேண்டும்.

காவலில் வைக்கப்பட்டுள்ள இடத்தில், அதற்கென உள்ள பதிவேட்டில், கைதான விவரத்தையும், கைது குறித்து யாருக்குத் தெரிவிக்கப்பட்டது என்பதையும், கைது செய்யப்பட்டவர் எந்த அதிகாரிகளுடைய பொறுப்பில் இருக்கிறார் என்ற விவரங்களையும் குறிக்க வேண்டும்.

கைது செய்யப்பட்டவர் வேண்டிக்கொண்டால், அவரைப் பரிசோதித்து, கைது செய்யப்பட்ட சமயத்தில் அவர் உடம்பில் சிறிய காயங்களோ, பெரிய காயங்களோ இருந்தால் அவற்றைப் பற்றி அப்பொழுதே பதிவு செய்ய வேண்டும். 'சோதனைக் குறிப்பு' கைது செய்யப்பட்டவர் மற்றும் கைது செய்த அதிகாரி இருவராலும் கையெழுத்திடப்பட வேண்டும். கைது செய்யப்பட்டவருக்கு அதன் நகல் வழங்கப்பட வேண்டும்.

கைது செய்யப்பட்டவர் காவலில் உள்ளபோது, 48 மணி நேரத்துக்கு ஒருமுறை, அங்கீகரிக்கப்பட்ட மருத்துவரால் பரிசோதிக்கப்பட வேண்டும். மாநில சுகாதாரப்பணி இயக்குநர் அவ்வாறு அங்கீகரிக்கப்பட்ட மருத்துவர்கள் குழுவை வட்ட, மாவட்ட அளவில் நியமிக்க வேண்டும்.

கைது குறிப்பு உள்பட மேலே குறிப்பிட்ட ஆவணங்களின் நகல்களை, கோப்பிற்கென, நிர்வாக நடுவருக்கு அனுப்பி வைக்க வேண்டும்

கைது செய்யப்பட்டவரைக் கேள்வி கேட்டு விசாரிக்கின்றபோது, விசாரணையின் முழுதும் இல்லாவிடினும், விசாரணையின்போது வழக்கறிஞரை சந்திக்கின்ற வாய்ப்புத் தரப்பட வேண்டும்.

மாவட்ட, மாநிலத் தலைமையிடங்களில் காவல் மைய அறை/ காவல் கட்டுப்பாட்டு அறை செயல்பட வேண்டும். ஒருவரைக் கைது செய்து, காவலில் வைக்கின்றபோது, அவரைக் கைது செய்த அதிகாரி கைது செய்த விவரம் மற்றும் காவலில் வைத்துள்ள இடம் குறித்து, கைது செய்ததிலிருந்து 12 மணி நேரத்துக்குள் மேற்கூறிய காவல் மைய அறைக்குத் தகவல் தெரிவிக்க வேண்டும். அவ்விவரங்கள் எல்லோருக்கும் தெரியும் வகையில் காவல் மைய அறை/காவல் கட்டுப்பாட்டு அறையின் விளம்பரப் பலகையில் பார்வைக்கு வைக்கப்பட வேண்டும். மேலே குறித்த தேவைகளைப் பூர்த்தி செய்யாதபோது, சம்பந்தப் பட்ட அதிகாரி நிர்வாக நடவடிக்கைக்கு உள்ளாவதோடு, நீதிமன்றத்தை அவமதித்த குற்றத்துக்கும் உள்ளாகிறார். நீதிமன்ற அவமதிப்பு குறித்த வழக்கை அதிகார வரம்புள்ள உயர் நீதிமன்றத்தில் தாக்கல் செய்யலாம்.

அரசியல் சட்டப் பிரிவுகள் 21 மற்றும் 22 (1) ஆகியவற்றிலிருந்து உருவாகும் மேற்படித் தேவைகள் கடுமையாகக் கடைப் பிடிக்கப்பட வேண்டும். வருமான வரிப்புலனாய்வு, செயலாக்கத்துறை, கடலோரக் காவல்படை, மத்திய இருப்புக் காவல்படை, எல்லைக் காவல்படை, மத்திய தொழிற் பாதுகாப்புப் படை, மாநில ஆயுதப்படை, புலனாய்வுத்துறை, ஆய்வு மற்றும் அலசல் பிரிவு, மத்தியப் புலனாய்வுப் பிரிவு, போக்குவரத்துக்காவல், இந்திய - திபேத்திய எல்லைப் படை ஆகிய அனைவருமே மேற்கூறிய தேவைகளைக் கடைப் பிடித்தாக வேண்டும். 1 அவமதிப்பு குறித்த வழக்கை அதிகார வரம்புள்ள உயர் நீதிமன்றத்தில் தாக்கல் செய்யலாம்.

***

சிறைக்கைதிகளின் உரிமைகள்

- சிறைக்கைதியாகப் பதிவு செய்யப்படுவதற்கான உரிமை
- சிறைக் கைதிகளை வகைப்படுத்திப் பிரித்து வைப்பதற்கான உரிமை.
- சிறையில் தனியாகத் தங்கவைக்கப்படுவதற்கான உரிமை.
- போதிய காற்றோட்டம், வெளிச்சம், உடல்நலம் மற்றும் சுகாதாரத்துக்குத் தேவையான வசதிகளுக்கான உரிமை.
- துணிமணிகள், படுக்கை, போதிய உணவு, தண்ணீர், மருத்துவ வசதி பெற உரிமை.
- பயிற்சி, விளையாட்டுக்கான உரிமை, கொடூரமான, கேவலமான தண்டனைகளிலிருந்து பாதுகாப்புப் பெறும் உரிமை.
- அதிகாரிகளிடம் வேண்டுகோள் மற்றும் புகார்கள் கொடுப்பதற்கான உரிமை.
- குடும்பம், நண்பர்களுடன் தொடர்புகொள்வதற்கான உரிமை (கடிதத் தொடர்பு, நேர்காணல் மூலம்).
- வெளிஉலகச் செய்திகளைத் தொடர்ந்து பெறுவதற்கான உரிமை.
- சிறைச்சாலைகளில் நூலகத்தைப் பயன்படுத்திக்கொள்வதற்கான உரிமை.
- மதத்தைப் பின்பற்றுவதற்கான உரிமை.
- சொந்தச் சொத்துகளை வைத்துக் கொள்வதற்கான உரிமை.
- பெண் சிறைக் கைதிகள் பெண் அதிகாரிகளாலேயே பாதுகாக்கப்படுவதற்கான உரிமை

அகில உலக உடன்படிக்கைகள் / ஒப்பந்தங்களின் அடிப்படையில் தனி நபருக்கும் குழுக்களுக்கும் வழங்கப்பட்டுள்ள பல்வேறு உரிமைகளில் குறிப்பிடப்பட்டுள்ளது.

கைதிகளை நேர்காணும் மனு

மனுதாரரின் பெயர் மற்றும் முகவரி	:	பெறுநர்: சிறைக் கண்காணிப்பாளர் அவர்கள், மத்திய சிறைச்சாலை, கடலூர்.

ஐயா, கீழே குறிப்பிட்டுள்ள சிறைப்பட்டவரை நேர்காண அனுமதிக்குமாறு பணிவுடன் கேட்டுக் கொள்கிறேன்/ கேட்டுக் கொள்கிறோம்.

1. சிறைவாசியின் எண்ணும், பொருள்	:	
2. தகப்பனார் பெயர்	:	
3. தடுப்பு காவல் / தண்டனை / விசாரணை சிறைவாசி	:	
4. சிறைவாசியின் ஊர்	:	
5. சிறைப்பட்டவருக்கு நேர்காண வந்தவரின் உறவின் முறை (✓) குறிப்பிடுக	:	தகப்பனார் / தாய் / சகோதரர் சகோதரி / வழக்கறிஞர் / நண்பர் மனைவி
6. நேர்காணலின்போது கொடுக்கப்பட உள்ள பொருள்கள் (✓) குறிப்பிடுக.	:	ரொட்டி / பழங்கள் / சோப்பு / பற்பொடி / பிஸ்கட் / தேங்காய் எண்ணெய் / பற்பசை
நேர்காணல் நடத்த அனுமதிக்காக இம்மனு பணிவுடன் சமர்ப்பிக்கப்படுகிறது.		நேர்காண வந்தவரின் கையொப்பம்
		நேர்காணல் நடத்த அனுமதி வழங்கப்பட்டது

உ.சி.அ.

அனுமதியுடன் நேர்காணல் நடத்தப்பட்டது	கூடுதல் கண்காணிப்பாளர்

உ.சி.அ

குறிப்பு : ஒரே நேரத்தில் ஒரு மனுவில் மூன்று நபர்கள் வரை ஒரு குற்றவாளியை மட்டும் பார்க்க முடியும்.

FIRST INFORMATION REPORT

முதல் தகவல் அறிக்கை

Under Section 154 Cr. P.C.

(கு.வி.மு. சட்டம் பிரிவு 154இன் கீழ்)

1. District மாவட்டம் PS காவல் நிலையம்..........Year ஆண்டு............ FIR No. மு.த.அ.எண்.......... Date நாள்........

2. (1) Act சட்டம் Section பிரிவுகள்................. (ii) Act...Section பிரிவுகள்....... (iii) Act சட்டம்......... Sections பிரிவுகள் (iv) Other Acts & Sections பிற சட்டங்களும், பிரிவுகளும்............

3. (a) *Occurrence of Offence Day குற்ற நிகழ்வு நாள்.....*Date from நாள் முதல்.... *Date to நாள் வரை...... * Time Period நேர அளவு......................*Time from நேரம் முதல்............... *Time to நேரம் வரை.

   (b) *Information Received at PS. Date காவல் நிலையத்துக்குத் தகவல் கிடைத்த நாள்................... * Time நேரம்.........

   (c) General Diary Reference Entry No (s) பொது நாட்குறிப்பில் பதிவு விவரம் எண்............. Time நேரம்...........

4. Type of Information : தகவலின் வகை *Written / Oral எழுத்து மூலம் / வாய் மொழியாக...

5. Place of Occurrence (a) Direction and Distance from PS நிகழ்விடம் (அ) காவல் நிலையத்திலிருந்து எவ்வளவு தூரமும், எத்திசையும்......... Beat Number முறைக் காவல் எண்...............

   (b)*Address முகவரி ....
   ....

   (c) in case outside limit of this Police Station, thenthe Name of P.S., இக்காவல் நிலைய எல்லைக்கப்பால் நடந்து இருக்குமாயின், அந்நிலையில் அந்த கா.நி. பெயர்............................

   .... District .... மாவட்டம்...

6. Complaint / Informant : (a) Name குற்ற முறையீட்டாளர் / தகவல் தந்தவர் பெயர் ....

(b) Father / Husband Name தந்தை / கணவர் பெயர் ....

(c) Date / Year of Birth / நாள் / பிறந்த ஆண்டு ....

(d) Nationality நாட்டினம் .... (e) Passport No. வெளிநாட்டு கடவுச்சீட்டு எண் .... Date of issue வழங்கப்பட்ட நாள் .... Place of issue வழங்கப்பட்ட இடம்.

(f) Occupation தொழில்........... (g) Address முகவரி ....
....

7. Details of known/ Suspected / Unknown accused with full particulars (Attach Separate sheet if necessary).

   தெரிந்த / ஐயப்பாட்டிற்குரிய / தெரியாத குற்றஞ்சாட்டப்பட்டவரின் முழுமையான விவரங்கள் / தேவையெனில் தனித்தாள் இணைக்கவும்).

   ....
   ....

8. Reasons for delay in reporting by the complaint / informant முறையீட்டாளரால் / தகவல் கொடுப்பவரால் முறையிட்டதில் தகவல் கொடுப்பதில் தாமதம்.

9. (Particulars of properties stolen / (Attach separate sheet if necessary) களவாடப்பட்ட / களவிற்குள்ளான சொத்துக்களின் விவரம். (தேவையெனில் தனித்தாளில் இணைக்கவும்).

   ....
   ....

10. *Total Value of Properties stolen / involved களவாடப்பட்ட / களவிற்குள்ளான சொத்துக்களின் மொத்த மதிப்பு:

    ....

11. *Inquest Report / Un - natural death Case No.if any : பிண விசாரணை அறிக்கை / இயற்கைக்கு மாறான இறப்பு எண் ஏதேனும் இருந்தால் ....
    ....

12. FIR Contents (Attach Separate sheet, if required) முதல் தகவல் அறிக்கையின் சுருக்கம் (தேவையெனில் இணைக்கவும்).

13. Action taken : Since the above report reveals commission of offence(s) u/s as mentioned at Item No.2. registered the ccase and took up the investigation / directed* .... Rank .... to take up the investigation / Refused investigation / transfer to PS .... on point of jurisdicction

எடுக்கப்பட்ட நடவடிக்கை : மேலே குற்ற முறையீட்டில் உள்ளவை பிரிவு 2-ல் கூறப்பட்ட சட்ட பிரிவுப்படியான குற்றமாக வழக்கு பதிவு செய்து புலனாய்வுக்கு எடுத்துக்கொள்ளப்பட்டது / பணிக்கப்படுதல்.......................

பதவி .... நிலை பணியாளரின் புலனாய்வு எடுத்துக்கொள்ள பணிக்கப்பட்டது / மறுக்கப்பட்டு எல்லையைக் கருதி புலனாய்வுக்கு .... காவல் நிலையத்துக்கு மாற்றப்படுகிறது.

FIR read over to the Complainnat / informant, admitted to be correctly recorded and a copy given to the Complaint/ informant free of cost.

மு.த.அ. குற்ற முறையீட்டாளருக்கு / தகவல் தந்தவருக்கு படித்துக்காட்டி, அது சரியாக எழுதப்பட்டு இருப்பதாக ஏற்றுக் கொள்ளப்பட்டு அதன்படி நகல் ஒன்று இலவசமாக கொடுக்கப்பட்டது.

14. Signature / Thumb Impression of the Complainant / Informant. குற்றமுறையீட்டாளர் / தகவல் கொடுப்பவரின் ஒப்பம் / பெருவிரல் ரேகைப் பதிவு.

15. Date & time of despatch of the Court :

நீதிமன்றத்துக்கு அனுப்பப்பட்ட நாளும், நேரமும்.

Signature of the Officer In-Charge, Police Station

காவல் நிலைய பொறுப்பு அலுவலரின் ஒப்பம்

- ★ Name பெயர் ....
- ★ Rank நிலை .... No.எண் ....